ചക്കരക്കിണ്ണം

chakkarakkinnam
childrens literature

•

pakalkkuri viswan

•

first edition
may 2019

•

typesetting & published
chintha publishers, thiruvananthapuram

•

cover & illustration
ratheesh vincent

വിതരണം

ദേശാഭിമാനി ബുക്ക് ഹൗസ്

H O തിരുവനന്തപുരം-695 035
phone: 0471-2303026, 6063026
www.chinthapublishers.com
chinthapublishers@gmail.com

ബ്രാഞ്ചുകൾ

ഹെഡ്ഡാഫീസ് ബ്രാഞ്ച് കുന്നുകുഴി • സ്റ്റാച്യു തിരുവനന്തപുരം • കെ എസ് ആർ ടി സി ബസ് സ്റ്റേഷൻ ആലപ്പുഴ • കെ എസ് ആർ ടി സി ബസ് സ്റ്റേഷൻ എറണാകുളം • മച്ചിങ്ങൽ ലെയ്ൻ തൃശൂർ • ഐ ജി റോഡ് കോഴിക്കോട് • മാവൂർ റോഡ് കോഴിക്കോട് • എൻ ജി ഒ യൂണിയൻ ബിൽഡിങ് കണ്ണൂർ • സെൻട്രൽ ബസ് ടെർമിനൽ കോംപ്ലക്സ് താവക്കര കണ്ണൂർ

CO - 2737 / 4930
ISBN - 978-93-88485-10-4

ചക്കരക്കിണ്ണം

ബാലസാഹിത്യം

പകൽക്കുറി വിശ്വൻ

ചിന്ത പബ്ലിഷേഴ്സ്
തിരുവനന്തപുരം-695 035

പകൽക്കുറി വിശ്വൻ

തിരുവനന്തപുരം ജില്ലയിൽ പള്ളിക്കൽ പഞ്ചായത്തിലെ പകൽക്കുറിയിൽ 1954 ൽ ജനിച്ചു. പിതാവ് കെ നാണു ആചാരി. മാതാവ് കെ തങ്കമ്മ. നാടകരചനയിലൂടെ സാഹിത്യരംഗത്തു പ്രവേശിച്ചു. *ആഗ്നേയമന്ത്രം, ആരോഹണം, പ്രതിസർഗ്ഗം, അമൃതേത്ത്, മൃത്യുകാണ്ഡം* എന്നീ നാടകങ്ങൾ പ്രൊഫഷണൽ സമിതികൾക്ക് വേണ്ടി എഴുതി. ആകാശവാണിയിലും ദൂരദർശനിലും മറ്റു ടി വി ചാനലുകളിലും കുട്ടികളുടെ പരിപാടികൾ അവതരിപ്പിച്ചുവരുന്നു. കെ എസ് ആർ ടി സിയിൽ ഉദ്യോഗസ്ഥനായിരുന്നു.

കൃതികൾ: *സമർപ്പണം, യാത്ര, പിന്നെയും യാത്ര, ചില്ലറക്കാര്യം, വ്യസനസങ്കീർത്തനം* (കവിതകൾ), *കുട്ടിക്കവിത-കടങ്കവിത, അക്ഷരച്ചെപ്പ്, കിങ്ങിണിച്ചെപ്പ്, കുറുങ്കവിതകൾ, 101 കടങ്കവിതകൾ, തൊപ്പിയും പീപ്പിയും, പുരാണകടങ്കവിതകൾ, കുയിലനുംപൂത്തുമ്പിയും, ശ്രീവത്സം (101 പുരാണ കടങ്കവിതകൾ), പൊന്നോണത്താലം, രാമായണം പ്രശ്നോത്തരി, പുരാണകഥാമൃതം, അക്ഷരപ്പൂന്തേൻ, കഥാകവിതകൾ* (ബാലസാഹിത്യം).

ഭാര്യ : പി വത്സല
മക്കൾ : വിനീത് വിശ്വൻ, ബിനോയ് വിശ്വൻ
വിലാസം : അക്ഷയ, കുടവൂർ പി ഒ
തിരുവനന്തപുരം, പിൻ : 695 313
ഫോൺ : 0471-2709523, 9846965335

ഉള്ളടക്കം

പ്രസാധകക്കുറിപ്പ്

മലയാളത്തിലെ അക്ഷരമാലകളെ കൂടുതൽ പരിചയപ്പെടുത്തുന്നതിനായി രചിക്കപ്പെട്ട ബാലസാഹിത്യകൃതിയാണിത്. *ചക്കരക്കിണ്ണം* മധുരമുള്ളതാണ്. അതുപോലെ നമ്മുടെ മലയാളവും മധുരമുള്ളതാണ്. താളബോധവും അക്ഷരസ്ഫുടതയും യുക്തിബോധവും ഭാഷാനൈപുണ്യവും ഓരോ കുട്ടിക്കും അവശ്യം വേണ്ടതാണ്. അതിന് ഉപകരിക്കുന്ന കൃതി എന്ന നിലയിൽ *ചക്കരക്കിണ്ണം* കേരളത്തിലെ കുട്ടികൾക്കായി ഞങ്ങൾ സമർപ്പിക്കുന്നു.

ചിന്ത പബ്ലിഷേഴ്സ്

അകപ്പൊരുൾ

പ്രിയ കൂട്ടുകാരേ,

ഇതാ നിങ്ങൾക്കൊരു ചക്കരക്കിണ്ണം.

പേരുപോലെ മധുരമുള്ളതാണ് ഇതിലുള്ളതെല്ലാം.

നിറമനസ്സോടെ നിങ്ങളിതു സ്വീകരിക്കുമല്ലോ.

ബാലസാഹിത്യം വെറും ബാലകുതൂഹലങ്ങളെ തൃപ്തിപ്പെടുത്താൻ മാത്രമുള്ളതല്ല. കൗമാരക്കാർക്കുകൂടി ആസ്വദിക്കാനും പഠിക്കാനുമുള്ളത് അതിലുണ്ടാകണമെന്ന നിർബ്ബന്ധബുദ്ധിയോടെയാണ് ഞാനീപ്പുസ്തകം തയ്യാറാക്കിയിരിക്കുന്നത്.

ഹൈസ്കൂൾതലത്തിലുള്ള വിദ്യാർത്ഥികൾക്കുപോലും മാതൃഭാഷയോടുള്ള അജ്ഞതയും അനാദരവും ശ്രേഷ്ഠഭാഷാപദവി നേടിയ നമുക്കൊട്ടും ഭൂഷണമല്ലെന്നുള്ള സത്യം ഖേദപൂർവ്വം ഓർമ്മപ്പെടുത്തട്ടെ!

നമ്മൾ ആഘോഷപൂർവ്വം കൊണ്ടാടുന്ന പല വിശേഷദിവസങ്ങളും ഏതു മലയാള മാസത്തിലാണെന്ന് അറിയാത്തവരാണ് നമ്മളെന്ന സത്യം, ഒരു കേരളീയന്റെയും അന്തരംഗം അഭിമാനപൂരിതമാക്കുന്നില്ലെന്ന യാഥാർത്ഥ്യം നമ്മൾ കാണാതിരുന്നുകൂടാ.

അത്തം പത്തിന് തിരുവോണം എന്നു കേട്ടിട്ടില്ലാത്ത മലയാളി കുറയും. പക്ഷേ, ആ പത്തു നാളുകൾ അറിയാവുന്ന അഭ്യസ്തവിദ്യരായ മലയാളികളുടെ എണ്ണം അതിലുമെത്രയോ

കുറവായിരിക്കുമെന്ന് അറിയുമ്പോഴാണ് നമ്മുടെ ശ്രേഷ്ഠഭാഷാ പദവിപ്പട്ടം കൊണ്ടെന്തു പ്രയോജനമെന്ന് ദുഃഖത്തോടെ ഓർത്തു പോകുന്നത്.

1995 ൽ *കുട്ടിക്കവിത-കടങ്കവിത* എന്ന കൃതിയുമായിട്ടാണ് ഞാൻ ബാലസാഹിത്യരംഗത്തേക്ക് വന്നത്. അന്ന് ആ പുസ്തകത്തിന്റെ അവതാരികയ്ക്ക് ഡോ. ഡി ബഞ്ചമിൻ സാർ കവി സ്വന്തം തട്ടകം കണ്ടെത്തിയിരിക്കുന്നു എന്നാണ് പേരിട്ടു തന്നത്. അത് ഒരു പ്രവചനമായിരുന്നു.

ഇത് എന്റെ 19-ാമത്തെ കൃതിയും 15-ാമത്തെ ബാലസാഹിത്യകൃതിയുമാണ്. ബാലസാഹിത്യകൃതികൾ ഇതിനകം പലതും പല പതിപ്പുകൾ വന്നു പോയി. എന്റെ യഥാർത്ഥ മാധ്യമം മുൻകൂട്ടി കണ്ടറിഞ്ഞനുഗ്രഹിച്ച ഡോ. ഡി ബഞ്ചമിൻ സാറാണ് ഈ *ചക്കരക്കിണ്ണം* സഹൃദയസമക്ഷം അവതരിപ്പിക്കുന്നത് എന്നതാണ് എന്നെ സംബന്ധിച്ചിടത്തോളം ഈ പുസ്തകത്തെ ശ്രദ്ധേയമാക്കുന്നത്.

കടങ്കവിതകളുടെ കവി എന്ന വിളിപ്പേര് സ്നേഹപൂർവ്വം എനിക്കു സമ്മാനിച്ച നിങ്ങൾക്കായി ഈ *ചക്കരക്കിണ്ണ*ത്തിലുമുണ്ട് കുറേ കടങ്കവിതകൾ. ചക്കരക്കിണ്ണം ഹൃദയത്തിൽ ഇടം നല്കി സൂക്ഷിക്കുമെന്ന വിശ്വാസത്തോടെ,

സ്നേഹാദരപൂർവ്വം

പകൽക്കുറി വിശ്വൻ

അവതാരിക

ഡോ. ഡി ബഞ്ചമിൻ

പതിനേഴു ബാലസാഹിത്യകൃതികൾ രചിച്ച് കേരളത്തിലെ കുട്ടികളെ സ്വന്തമാക്കിയ ഒരു കവിക്ക് ഇനിയുമൊരവതാരിക എന്തിനാണ്? ആ യാത്ര കൂടുതൽ ഗുണപുഷ്കലമായി മുന്നേറട്ടെ എന്ന് ആശംസിച്ചാൽപ്പോരെ? ഈ ചോദ്യം പുസ്തകം കൈയിലെടുത്തപ്പോൾത്തന്നെ തോന്നി. എങ്കിലും കവി കടന്നുപോയ വഴികൾ സാമാന്യമായൊന്നവലോകനം ചെയ്യാനുള്ള കൗതുകം അവശേഷിക്കുകതന്നെ ചെയ്തു.

ശ്രീ. പകൽക്കുറി വിശ്വന്റെ ബാലസാഹിത്യലോകം വളരെ വൈവിദ്ധ്യപൂർണ്ണമാണ്. കവിതയും കഥയും കടങ്കവിതകളും പുരാണകഥകളുടെ പുനരാഖ്യാനങ്ങളുമൊക്കെച്ചേർന്ന് ഒരു സമൃദ്ധിയുടെ പ്രതീതി അതുളവാക്കുന്നു. അദ്ദേഹത്തിന്റെ രചനകളുടെ പിന്നിലെ സർഗ്ഗാത്മക പ്രചോദനത്തെ അംഗീകരിച്ചുകൊണ്ടു തന്നെ പറയട്ടെ; ഈ സാഹിതീയ ജീവിതത്തെ നയിക്കുന്നത് വളരെ കൃത്യമായ ഉദ്ദേശ്യവും ആസൂത്രണവുമാണെന്ന്. ബാലസാഹിത്യത്തെക്കുറിച്ച് കൃത്യമായ ഒരു കാഴ്ചപ്പാടുണ്ട് അദ്ദേഹത്തിന്. കുട്ടികൾക്കെന്തൊക്കെയാണ് നല്കേണ്ടത്, എങ്ങനെയാണ് നല്കേണ്ടത് ഇക്കാര്യങ്ങളിൽ ഒരു സംശയവുമില്ല. ഏതു നല്ല സാഹിത്യത്തിലും ആഹ്ലാദിപ്പിക്കുന്ന ഒരു തലവും പ്രബോധിപ്പിക്കുന്ന ഒരു തലവുമുണ്ടാവും. ആഹ്ലാദത്തിന്റെ തലം പ്രകടവും പ്രബോധനത്തിന്റെ തലം ഗുപ്തവുമാകുമ്പോൾ രചന

വിജയിക്കുകയും ചെയ്യും. പക്ഷേ, ഈ പ്രബോധനത്തിന്റെ തലത്തെ പാടേ വിസ്മരിക്കുന്ന ഒരു കാഴ്ചയാണ് സമകാല സാഹിത്യത്തിൽ കാണുന്നത്.

അടുത്തകാലത്താണ് മലയാളത്തിലെ ഒരെണ്ണം പറഞ്ഞ ചെറുകഥാകൃത്ത് പറഞ്ഞത്; എന്താണ് സദാചാരം? എനിക്കതിനെക്കുറിച്ചൊന്നുമറിയില്ലെന്ന്. എഴുത്തുകാരന്റെ തിരിച്ചറിവില്ലായ്മയെ പരിഹരിക്കാൻ നമുക്കാവില്ല. പക്ഷേ, ആ പ്രസ്താവത്തിന്റെ പിന്നിലെ ധാർഷ്ട്യം കണ്ടില്ലെന്നു നടിക്കാനുമാവില്ല. ഇത്തരം പ്രസ്താവങ്ങൾ സാഹിത്യത്തിലൂടെ എന്തും പറയാനും സാഹിത്യത്തെ പണം വാരുന്ന വ്യവസായമാക്കാനും മാത്രമേ ഉതകൂ. കാവ്യപ്രയോജനത്തെക്കുറിച്ചു പറഞ്ഞപ്പോൾ അതു നല്കുന്ന ആഹ്ലാദത്തോടൊപ്പം ജീവിതപരിജ്ഞാനത്തെക്കുറിച്ചും പ്രബോധനത്തെക്കുറിച്ചും എടുത്തുപറഞ്ഞിട്ടുണ്ട് ഭാരതീയരായ കാവ്യചിന്തകന്മാർ. കാവ്യം അന്തസ്സാരമുള്ളതായിത്തീരുന്നതും കാലത്തെ അതിവർത്തിക്കുന്നതുമൊക്കെ ഈ മൂന്നു ഘടകങ്ങളും ഇഴചേർക്കപ്പെടുമ്പോഴാണ്. അതും സവിശേഷമായ ഒരനുപാതത്തിൽ, കലയുടെ നിയമങ്ങൾക്കു വിധേയമായിത്തന്നെ സംഭവിക്കുകയും വേണം. മാത്യു അർനോൾഡിനെപ്പോലുള്ള പാശ്ചാത്യ ചിന്തകന്മാരും ലിയോടോൾസ്റ്റോയിയെപ്പോലുള്ള സർഗ്ഗാത്മക സാഹിത്യകാരന്മാരുമൊക്കെ ഇത് വളരെ സ്പഷ്ടമായി പറഞ്ഞുവച്ചിട്ടുണ്ട്. സാഹിത്യം സംസ്കാരത്തിന്റെ ദിവ്യമുദ്ര വഹിക്കുന്നതായിത്തീരുന്നത് അപ്പോൾ മാത്രമാണ്.

ശ്രീമഹാഭാരതം കാലത്തെ അതിവർത്തിക്കുന്നതുമാത്രമല്ല മാറിവരുന്ന കാലങ്ങൾക്കൊപ്പം പുനർവ്യാഖ്യാനിക്കപ്പെടുന്നതും അതുകൊണ്ടല്ലേ? ജീവിതത്തെയും ജീവിതമൂല്യങ്ങളെയും തട്ടിത്തകർത്തുകൊണ്ട് ഒന്നിലേറെ പ്രസ്ഥാനങ്ങൾ ഘോഷയാത്ര നടത്തിയിട്ടും ദസ്തയേവ്സ്കിയുടെ നോവലുകൾ വീണ്ടും നാം നെഞ്ചോടുചേർത്തുപിടിക്കുന്നത് എന്തുകൊണ്ടാണ്? അവ നല്കുന്ന ആഴത്തിലുള്ള ജീവിതാവബോധം കൊണ്ടല്ലേ? കവിയുടെ ക്രാന്തദർശിത അതിൽനിന്നുയിർക്കൊള്ളുന്ന പ്രബോധന വ്യഗ്രത, അത് കലാത്മകമാകുമ്പോഴല്ലേ ഈ അവബോധമുണ്ടാവുന്നത്? കൊച്ചുമനസ്സുകളുടെ മുന്നിൽ അക്ഷരവിരുന്നൊരുക്കുന്നവർ എന്നും ഇതോർത്തേ തീരൂ. പകൽക്കുറി വിശ്വന്റെ

സാഹിത്യസമീപനത്തിന്റെ കാതലായ ഒരു ഘടകം ഇതാണ്.

ഭാരതീയ പശ്ചാത്തലത്തിൽ മികച്ച ബാലസാഹിത്യകൃതികൾ ഉണ്ടാവുന്നില്ല എന്ന് ഇന്നും പരിദേവനം ചെയ്യേണ്ടിവരുന്നത് അത്യന്തം ഖേദകരം തന്നെ. വിഷ്ണുശർമ്മ മണ്ടന്മാരായ രാജകുമാരന്മാരെ രാഷ്ട്രതന്ത്രം പഠിപ്പിക്കാൻ എഴുതിയ *പഞ്ചതന്ത്രം* എത്രയോ വട്ടം നാം പുനരാഖ്യാനം ചെയ്തുകഴിഞ്ഞു. രാഷ്ട്രതന്ത്രത്തിന്റെ വക്രമാർഗ്ഗങ്ങളിൽ വൈദഗ്ദ്ധ്യം നല്കലാണോ ബാലസാഹിത്യത്തിന്റെ ലക്ഷ്യം? നാമതിനെക്കുറിച്ചു കാര്യമായി ആലോചിച്ചിട്ടില്ല.

ഇംഗ്ലീഷിൽ മികച്ച ബാലസാഹിത്യം പ്രസിദ്ധീകരിക്കുന്നത് ഒന്നാന്തരം അക്കാദമിക് ഗ്രന്ഥങ്ങൾ പ്രസാധനം ചെയ്യുന്ന ഓക്സ്ഫോർഡ് യൂണിവേഴ്സിറ്റി പ്രസാണ്. പ്രായം ഒരു പ്രധാന മാനദണ്ഡമാക്കി മന:ശാസ്ത്രപരമായ ഉൾക്കാഴ്ചയോടെ പലപാട് എഡിറ്റ് ചെയ്താണവ പ്രസിദ്ധീകരിക്കുന്നത്. തീരെ ചെറിയ കുട്ടികൾക്കുള്ള പുസ്തകങ്ങളിൽ ഓരോ പുറത്തും ഒന്നോ രണ്ടോ വരികളേ ഉണ്ടാവൂ എഴുത്തായി. ബാക്കിയൊക്കെ ശബളവും ഹൃദ്യവുമായ ചിത്രങ്ങളിലൂടെ സംവേദനം ചെയ്യുന്നു.

ശൈശവം കടന്നവർക്കുള്ള പുസ്തകങ്ങളിൽ എഴുത്തിന്റെ അളവ് ക്രമേണ കൂടുന്നു. ഓരോ പുസ്തകത്തിന്റെയും ആമുഖക്കുറിപ്പ് വായിച്ചാൽ രചനയുടെ പിന്നിലെ ആസൂത്രണം മനസ്സിലാവും. ഒരു ബാലസാഹിത്യകൃതിയുടെ പ്രസാധനത്തിനുവേണ്ടി അവരെന്തു സമയവും ഊർജ്ജവും ധനവുമാണ് ചെലവാക്കുന്നത്? ഒരുപക്ഷേ, നമുക്കിതൊന്നും പ്രസാധകരിൽനിന്നു പ്രതീക്ഷിക്കാനാവില്ല. വിശ്വനെപ്പോലെ ചിലരൊക്കെ തന്റെ ഉത്തരവാദിത്വത്തിന്റെ ഗൗരവത്തെക്കുറിച്ച് ഓർക്കുന്നുവെന്നു മാത്രം.

*ചക്കരക്കിണ്ണ*ത്തിലെ ആദ്യവിഭാഗം കവിതകൾ മലയാളത്തിലെ അക്ഷരങ്ങളെ ആസ്പദിച്ചുള്ളതാണ്. കുട്ടികളിൽ അക്ഷരമുറപ്പിക്കുകയാണ് അവയുടെ ലക്ഷ്യം. തിരക്കുപിടിച്ച പുതിയ വിദ്യാഭ്യാസ സമ്പ്രദായത്തിൽ ഒരുമിച്ച് ഒന്നിലേറെ ഭാഷകൾ പഠിപ്പിക്കുമ്പോൾ ഒരു ഭാഷയിലെയും അക്ഷരമുറയ്ക്കാതെ പോകുന്നു എന്നു നമുക്കറിയാം. പലേടത്തുനിന്നും ഏറെയൊന്നുമാലോചിക്കാതെ കടംകൊള്ളുന്ന അദ്ധ്യാപനരീതികളും

ഇതിനു കാരണമാണ്. അവയിൽ പലതും നമ്മുടെ ഭാഷാപഠനത്തിനു ചേരാത്തതോ സുപരിചിതമല്ലാത്തതോ ആണ്. ഉച്ചരിക്കുന്നതുപോലെ എഴുതുന്ന ഭാഷയാണ് മലയാളം. ഉച്ചാരണം തെറ്റിയാൽ അത് എഴുത്തിനെയും ബാധിക്കും. അക്ഷരങ്ങളുടെ ആവർത്തിച്ചുള്ള ചൊല്ലൽ ഇവിടെ വളരെ പ്രധാനമാകുന്നു. താളബദ്ധമായി അക്ഷരങ്ങളുച്ചരിക്കാൻ കുട്ടികളെ പ്രേരിപ്പിക്കുന്നു ഈ ചെറിയ കവിതകൾ. താളവും ലയവുമാണ് ഈ രചനകളെ കലാത്മകമാക്കുന്നത്. ഈരടികളിലൂടെ നമ്മുടെ സംസ്കാരവുമായി ബന്ധപ്പെട്ട ചില അറിവുകൾകൂടി അനായാസം പകർന്നേകുന്നുണ്ടെന്ന് സൂക്ഷ്മമായി പരിശോധിച്ചാൽ കാണാം. ഋകാരം വരുന്ന മലയാളവാക്കുകൾ നന്നേ കുറവാണ്. എന്നിട്ടും അതെങ്ങനെ ഫലപ്രദമായി സാധിച്ചിരിക്കുന്നു എന്നു നോക്കുക.

ഋ ഋതുക്കൾ, ഋതുഭേദങ്ങൾ
കാലമൊരുക്കും മാറ്റങ്ങൾ
ഋഷീശ്വരന്മാർ പുണ്യപിതാക്കൾ
സംസ്കാരത്തിൻ ദാതാക്കൾ
ഋ ഋണങ്ങൾ ഋജുവായ് വീട്ടുക
ഋണിയാകാതെ വസിക്കുക നാം.
ഋതുപർണ്ണൻ രാജാവാണോർക്കുക
ഋഷ്യശൃംഗൻ മുനിപുത്രൻ
ഋഷ്യമൂകം പർവ്വതമല്ലോ
ഋഷഭം കാളയതറിയേണം.

ഗദ്യത്തിലെഴുതിയിരിക്കുന്ന 'അക്ഷരപ്പോര്', 'ചിരിമത്സരം' എന്നീ രചനകളും ശ്രദ്ധിക്കേണ്ടതാണ്. ഭാഷ വാചികമായി കൈകാര്യം ചെയ്യാൻ നാവ് സ്വച്ഛന്ദമായി വളഞ്ഞുകിട്ടേണ്ടതുണ്ട്. അതിനുള്ള വൈഭവം നല്കുന്ന ഇത്തരം രചനകൾ മിക്കവാറും ഭാഷകളുടെ നാടോടിപ്പാരമ്പര്യത്തിലുണ്ടാവും. ഇംഗ്ലീഷിൽ *ടങ് ട്വിസ്റ്റർ* എന്നു പറയുന്ന അക്ഷരശില്പങ്ങളുടെ മാതൃകയാണിവിടെ പകൽക്കുറിവിശ്വൻ സ്വീകരിച്ചിരിക്കുന്നത്. ഒട്ടൊരു വേഗത്തിൽ വായിച്ചുപോകാൻ ശീലിക്കുകയാണ് വേണ്ടത്.

ഇതിലെ മറ്റൊരു വിഭാഗം ഓണക്കവിതകളാണ്. ഒരേ പ്രമേയത്തെ ആസ്പദമാക്കി കാര്യമായ ആവർത്തനം കൂടാതെ

എഴുതിയ ഈ കവിതകൾ നമ്മുടെ സാംസ്കാരികമായ പൈതൃകത്തിലേക്ക് കുട്ടികളെക്കൊണ്ടുപോകുന്നു. ഓണം നമുക്ക് കൊയ്ത്തുത്സവവും വസന്തോത്സവവുമൊക്കെയാണല്ലോ.

പി കുഞ്ഞിരാമൻനായരും വൈലോപ്പിള്ളിയുമെല്ലാം ഓണത്തെക്കുറിച്ചെഴുതിയ പ്രൗഢമായ കവിതകൾ ഇവിടെ ഓർക്കുക. ഓണത്തിന്റെ ചടങ്ങുകളും ഓണക്കളികളുടെ ഉത്സാഹത്തിമിർപ്പും ഓണപ്രകൃതിയുടെ ചാരുതയുമൊക്കെ വിശ്വന്റെ കവിതകളിലൂടെ കുഞ്ഞുമനസ്സുകളെ പുളകിതമാക്കുന്നു.

നീണ്ട കവിതകളെല്ലാം കുട്ടിക്കവിതകളാണോ? ചില കവിതകൾ കുട്ടിത്തത്തെക്കുറിച്ചുള്ള ആഹ്ലാദസ്മരണകളാണ്. ചില കവിതകളിൽ പ്രബോധനത്തിന്റെ ഛായ സ്പഷ്ടമായി തെളിയുന്നു. ഭാഷയുടെ സുതാര്യതയും അനുഭവങ്ങളുടെ വൈവിദ്ധ്യവും ഈ രചനകളെ മികവുറ്റതാക്കുന്നു. കുട്ടികളിൽ മൂല്യബോധമുറപ്പിക്കാനുള്ള പ്രത്യക്ഷവും പരോക്ഷവുമായ മാർഗ്ഗങ്ങൾ കവി ഇവിടെ സ്വീകരിക്കുന്നതുകാണാം.

ബാലസാഹിത്യകാരനെന്ന നിലയ്ക്ക് പകൽക്കുറി വിശ്വൻ വ്യതിരിക്തനാകുന്നത്, അദ്ദേഹം ധാരാളമായെഴുതിയ കടങ്കഥക്കവിതകളിലൂടെയാണ്. നാടോടിസാഹിത്യത്തിന്റെയും വിജ്ഞാനത്തിന്റെയും ഭാഗമായാണ് പൊതുവേ കടങ്കഥകൾ അറിയപ്പെടുന്നത്. ജനപദസംസ്കാരത്തിന്റെ മുദ്രകൾ ആവാഹിക്കുന്നു ഇവ. ഇവിടെ കവി കടങ്കഥകളുടെ ഘടനയിൽ കവിതകൾ മെനഞ്ഞുണ്ടാക്കുകയാണ്. ചില കടങ്കഥക്കവിതകൾ ജീവിതത്തിലെ സൂക്ഷ്മ സത്യങ്ങളുടെ നേരെ കണ്ണുതുറപ്പിക്കുന്നു. ചിലത് കുസൃതിത്വം നിറഞ്ഞവയായിരിക്കുമ്പോഴും ജീവിത യാഥാർത്ഥ്യങ്ങളെത്തന്നെ ഓർമ്മിപ്പിക്കുന്നു. കടങ്കഥക്കവിതകൾക്ക് പൊതുവേ സമസ്യയുടെ സ്വഭാവമുണ്ട്. അതെല്ലാമവസാനിക്കുന്നത് ചോദ്യങ്ങളുടെ രൂപത്തിലാണ്. കുട്ടികളുടെ ബൗദ്ധികമായ അന്വേഷണശീലത്തെ ഉത്തേജിപ്പിക്കുന്നു ഈ രചനകൾ. വൈകാരികതയും ഭാവനാത്മകതയും ധൈഷണികതയുടെ കരുത്തും വേണം കടങ്കഥക്കവിതകൾ രചിക്കാൻ. സൂക്ഷ്മദർശിത്വത്തിന്റെ ആവിഷ്കാരങ്ങൾ എന്ന നിലയ്ക്കും അവയ്ക്ക് പ്രാധാന്യമുണ്ട്. കുട്ടികൾ അവ ഹൃദിസ്ഥമാക്കുമ്പോൾ, അവരറിയാതെ തന്നെ അവരുടെ അറിവിന്റെ ലോകം വികസിക്കുന്നു. രണ്ടു കടങ്കഥക്ക

വിതകൾ മാത്രമുദ്ധരിക്കട്ടെ.

അക്കങ്ങളിൽക്കൂടിയകലങ്ങളെത്തും
അകലങ്ങളിൽക്കൂടി വിവരങ്ങളറിയും
അക്കങ്ങളകലങ്ങളില്ലാതെയാക്കും
അക്കങ്ങൾ മിത്രമായ്ക്കൂടെ വസിക്കും.

(ടെലിഫോൺ)

കടയ്ക്കൽ വെട്ടും നടുവിൽക്കെട്ടും
തലയതു ചിന്നിച്ചിതറിക്കും
അരവേവാക്കിയുണക്കിക്കുത്തും
മുഴുവേവാക്കി ഭക്ഷിക്കും.

(നെല്ല്. കൊയ്ത്തും മെതിയും)

നീണ്ട കവിതകളുടെ കൂട്ടത്തിൽ 'വാല്മീകി'യും 'കണ്ണില്ലാത്തവരും' പ്രത്യേക പരാമർശമർഹിക്കുന്നു. വാല്മീകിയുടെ മിത്ത് സാമാന്യം വിശദമായി ആഖ്യാനം ചെയ്യുകയാണ്. പ്രബോധനത്തിന്റെയും അറിവിന്റെയും സാദ്ധ്യതകൾ പരമാവധി പ്രയോജനപ്പെടുത്തുന്നുണ്ട് ഈ കവിതയിൽ. ഈ കെട്ടകാലത്തിന്റെ ഒരു ദുരന്തകഥയാണ് 'കണ്ണില്ലാത്തവർ.' ലോകം വളരുകയും കൂടുതൽ കൂടുതൽ സമ്പന്നമാവുകയും ചെയ്യുന്നതിനൊപ്പം ഓരത്തൊതുക്കപ്പെടുന്നവരുടെ എണ്ണവും കൂടുന്നു. ഈ ഐറണിയാണ് 'കണ്ണില്ലാത്തവരി'ലൂടെ ധ്വനിക്കുന്നത്. യഥാർത്ഥത്തിൽ ആർക്കാണ് കണ്ണില്ലാത്തത് എന്ന ചോദ്യം കൊച്ചുമനസ്സുകളിൽ ഉയരുന്നിടത്തു കവിത സഫലമാകുന്നു.

ബാലസാഹിത്യരചനയിൽ നിഷ്ണാതനായ പകൽക്കുറി വിശ്വന്റെ മികച്ച കുറേ രചനകളടങ്ങിയ ഈ *ചക്കരക്കിണ്ണം* കേരളത്തിലെ കുട്ടികൾ ആവേശത്തോടെ സ്വീകരിക്കുമെന്നെനിക്കുറപ്പുണ്ട്. കവിക്കും കവിതയ്ക്കും ആശംസയർപ്പിച്ചുകൊണ്ട് ഈ കുറിപ്പ് ഇവിടെ അവസാനിപ്പിക്കട്ടെ..

ചക്കരക്കിണ്ണം നിറഞ്ഞല്ലോ
ചക്കരമുത്തേ നുകർന്നോളൂ
സൽക്കാരമെന്നു ധരിച്ചോളൂ
സത്ക്കാര്യമെല്ലാം ഗ്രഹിച്ചോളൂ..

അക്ഷരപ്പാട്ടുകൾ

അഗ്നിയാണക്ഷരം
അന്ധകാരത്തിന്റെ
അന്ത്യം കുറിക്കുന്ന അഗ്നി
മന്ത്രമാണക്ഷരം
അക്ഷമാല്യം കോർത്തു
നിത്യം ജപിക്കുക നിങ്ങൾ.

ഹ

ഹ ഹാ; ഹി ഹീ ചിരിക്കുമ്പോൾ
അമ്മ തരുന്നു മണിമുത്തം
ര രാ; രി രീ പാടുമ്പോൾ
കണ്ണും പൂട്ടിയുറങ്ങും ഞാൻ

നാവിൽ **ഹരി**യെന്നെഴുതുമ്പോൾ
ഗുരുവിനു നല്കും കൈനീട്ടം
അരിയിൽ **ഹരി**യെന്നെഴുതുമ്പോൾ
അക്ഷരമെന്തെന്നറിയും ഞാൻ

ഹരിയും **ശ്രീ**യും **ഗണപതി**യും
ഗുരുവും ദൈവവുമെന്നറിയും
ഹരിശ്രീ തൊട്ടുപഠിക്കും ഞാൻ
ഹരിശ്രീ ഗണപതയേ നമഃ

അ അമ്മ അമ്മിഞ്ഞ
അമ്മിഞ്ഞപ്പാലമ്മ തരും

അ അപ്പം ചുട്ടുതരും
അപ്പം തിന്നാൻ ചെപ്പുതരും

അ അക്ഷരമെഴുതുമ്പോൾ
അക്ഷരമാല പറഞ്ഞുതരും

അ അക്ഷരമറിയുമ്പോൾ
അറിവിൻ വാതിൽ തുറന്നു വരും

അ അരികത്തെന്നെന്നും
അമ്മയിരുന്നാൽ നന്മ വരും

നന്മ വരാനായെന്നെന്നും
അമ്മയൊടൊപ്പമിരിക്കും ഞാൻ.

ആ ആന ആലവട്ടം
ആ ആറാട്ടാഘോഷം

ആ ആർപ്പും ആരവവും
ആഹ്ലാദത്തിൻ തിരനോട്ടം

ആറാട്ടാടും നേരത്ത്
ആചാരത്തിൻ വെടി മേളം

ആകാശത്തിൻമുറ്റത്ത്
ആശംസകളുടെ സ്തുതിഗീതം

ആനകൾ കണ്ടു നടക്കുമ്പോൾ
ആനക്കാര്യമൊരാശ്ചര്യം

ആനക്കൊട്ടിൽ കടക്കുമ്പോൾ
ആരാധനയുടെ ആവേശം.

ഇ ഇല വാഴയില
ഇലയിട്ടുണ്ണാം പൊന്നോണം

ഇത്തിരി ഇഞ്ചിക്കറി വേണം
ഇഞ്ചിക്കറിയതു നൂറുകറി

ഇലയപ്പത്തിനുമില വേണം
പൊതിയാൻ ചോറിനുമിലവേണം
ഇടവം വന്നാൽ ഇലയും കുടയായ്
ഇടവഴി താണ്ടി നടക്കേണം

ഇ ഇങ്ങനെ ഇലയായ് ഇടിയായ്
ഇടവപ്പാതി ഇടിത്തീയായ്

ഇവിടെ ഇരിക്കാതിതിലേ പോകാ-
നിതുവഴിവന്നിടുമെന്നെന്നും.

ഈ ഈണം ഈറക്കുഴലിൽ
ഈ ഈച്ച ഈച്ചമരത്തിൽ

ഈ ഈശൻ ഈശ്വരനല്ലോ
ഈരേഴുലകും നിറയുന്നു.

ഈതികളൊക്കെയകറ്റാൻ നിത്യം
ഈശ്വരസേവ നടത്തേണം

ഈർഷ്യ കളഞ്ഞിട്ടീണത്തോടെ
ഈശ്വരനാമം പാടേണം.

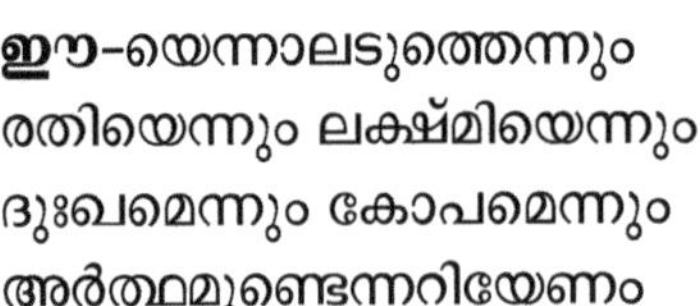

ഈ-യെന്നാലടുത്തെന്നും
രതിയെന്നും ലക്ഷ്മിയെന്നും
ദുഃഖമെന്നും കോപമെന്നും
അർത്ഥമുണ്ടെന്നറിയേണം

ഈ-യെന്ന അക്ഷരത്തിൻ
മഹത്ത്വങ്ങൾ മറക്കാതെ
ഈ-ചിന്ത നമുക്കെന്നും
വിളക്കായിക്കരുതേണം.

ഉ, ഊ

ഉ ഉമ്മ ഉടമ ഉടവാൾ
ഉ ഉടയോൻ ഉടമസ്ഥൻ

ഉ ഉലകം ഉയരം ഉദകം
ഉദയം കാണാൻ ഉണരുക നാം

ഉ ഉത്സവം ഉത്സാഹം
ഉല്ലാസത്താലുന്മേഷം

ഊ ഊത്ത് ഊണ് ഊഞ്ഞാൽ
ഊഴം തെറ്റാതാടുക നാം

ഊഷ്മളമായ സമാഗമവേളകൾ
ഊഴിയിലുത്സവമാക്കുക നാം.

ഊറ്റം കൊണ്ടുമദിക്കരുതാരും
ഊഹാപോഹമതൂഴത്തം*

* ഊഴത്തം - ഭോഷത്തം

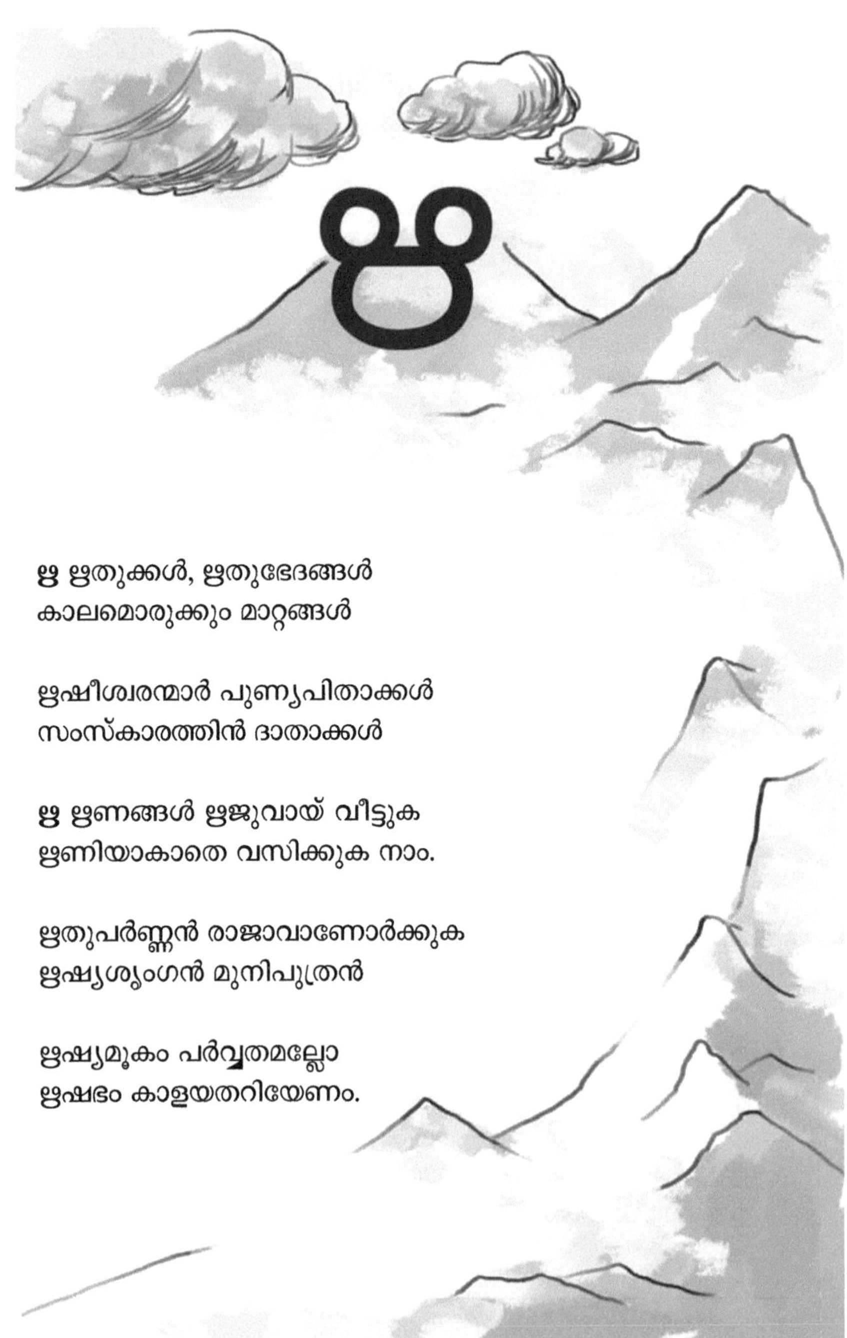

ഋ ഋതുക്കൾ, ഋതുഭേദങ്ങൾ
കാലമൊരുക്കും മാറ്റങ്ങൾ

ഋഷീശ്വരന്മാർ പുണ്യപിതാക്കൾ
സംസ്കാരത്തിൻ ദാതാക്കൾ

ഋ ഋണങ്ങൾ ഋജുവായ് വീട്ടുക
ഋണിയാകാതെ വസിക്കുക നാം.

ഋതുപർണ്ണൻ രാജാവാണോർക്കുക
ഋഷ്യശൃംഗൻ മുനിപുത്രൻ

ഋഷ്യമൂകം പർവ്വതമല്ലോ
ഋഷഭം കാളയതറിയേണം.

എ എലി എലിപ്പത്തായം
എ എരുമ എരുമപ്പെട്ടി

എരുമയുമായൊരു ബന്ധവുമില്ല
എരുമക്കള്ളി ചെടിയാണ്.

എലിപ്പത്തായം കെണിയാണ്
എരുമപ്പെട്ടി സ്ഥലമാണ്.

എഴുത്തു പഠിക്കാനെഴുത്തോല
എഴുതാൻ വേണമെഴുത്താണി

എണ്ണം പറയാനെഞ്ചുവടി
എഴുന്നള്ളത്തിനു ഗജവീരൻ

എണ്ണക്കുരുവതു പലതുണ്ടേ
എണ്ണച്ചായം ബഹുകേമം.

ഏ

ഏ ഏകം ഏകലവ്യൻ
ഏ ഏണം ഏണിപ്പടി

ഏ ഏലം ഏലാപ്പുറം
ഏ ഏഴ് ഏഴഴക്

ഏകചക്ര രാജ്യമാണ്
ഏകചക്രൻ സൂര്യദേവൻ

ഏകദന്തൻ ഗണപതി
ഏകജാതൻ യേശുദേവൻ

ഏഷണി തമ്മിലകറ്റുന്നു
*ഏരകമായതു കൊള്ളുന്നു

ഏലസ്സരയിൽ കെട്ടുന്നു
ഏതോ ദോഷമകറ്റാനായ്

---

* ഏരകം - ഏരകപ്പുല്ല്

ഐ ഐക്യം ഐക്യമത്യം
ഐ ഐങ്കരൻ ഐതിഹ്യം

ഐ ഐരം ഐരാവതം
ഐ ഐലം* ഐശ്വര്യം

ഐക്യമത്യം മഹാബലം
ഐക്യം പോയാൽ ദുർബ്ബലം

ഐവർ പാണ്ഡവരെന്നറിയൂ
ഐങ്കരനല്ലോ ഗണപതിയും

ഐരാവണനോ ദേവേന്ദ്രൻ
ഐരാവണിയോ പ്രിയപത്നി

ഐരാവതം വെറും ആനയല്ല-
ഐരാവണന്റെ വെള്ളാനയല്ലോ...!

---

* ഐലം - ആഹാരം, അയൽപക്കം

ഒ ഒരുമ ഒത്തൊരുമ
ഒ ഒട്ടം ഒട്ടുപടം
ഒ ഒട്ടകം ഒട്ടകപ്പക്ഷി
ഒ ഒപ്പന ഒത്തുകളി

ഓ ഓടം ഓടക്കുഴൽ
ഓ ഓണം ഓണപ്പൂവ്
ഓ ഓട്ടം ഓട്ടൻതുള്ളൽ
ഓ ഓല ഓലക്കുട

ഓലൻ നല്ലൊരു കറിയാണ്
ഓലപ്പീപ്പി കളിപ്പാട്ടം
ഓലേഞ്ഞാലി ഒരു പക്ഷി
ഓലപ്പാമ്പൊരു പാമ്പല്ല.

ഔ ഔഷധം സേവിക്കണം
ഔ ഔദാര്യം ശീലിക്കണം

ഔ ഔചിത്യം പാലിക്കണം
ഔ ഔത്സുക്യം ഭാവിക്കണം

ഔ ഔരസൻ പുത്രനാണ്
ഔശര്യം* ഏവർക്കും നല്ലതാണ്

ഔഷണം** ഔഷരം***
ചേർത്തു തിന്നാൽ

ഔപമ്യമില്ലാത്തൊ-
രൗഷധമായ്.

---

* ഔശര്യം- വാശി
** ഔഷണം - കുരുമുളക്
*** ഔഷരം - പൊടിയുപ്പ്

ക, കാക, കാക്ക വിളിച്ചു
കീ, കീകി ആരു വിളിക്കും?

പമ്മിനടക്കും കുഞ്ഞൻ കോഴി
കി, കീയോ വിളിക്കുന്നു

കു കൂകു കുയിലു വിളിച്ചു
കൊ കൊക്കരെയാരു വിളിക്കും?

നാട്ടുകാരെയുണർത്താൻ വേണ്ടി
പൂവൻകോഴി വിളിക്കുന്നു.

കൗ കക്കൗ പട്ടി വിളിച്ചു
കോ കം കഃ ആരു വിളിക്കും?

ശുണ്ഠിയെടുത്താൽ മുണ്ടൻ പട്ടി
മുറുമിക്കുറുകി വിളിക്കുന്നു.

ച, ചാച്ച, **ചി**, ചേച്ചീ
ചു ചുക്ക് ചുടുകാപ്പി

ചൂടോടുതന്നെ കുടിച്ചെന്നാൽ
ചെറിയ പനിക്കു മരുന്നാണ്.

ചേരേണ്ടവയും ചക്കരയും
ചൊവ്വേ ചേർത്തു തിളപ്പിച്ചാൽ

ചോദിക്കാതെ കഴിക്കാമാർക്കും
ചുക്കു കാപ്പി ചുടുകാപ്പി

ട വാടാ; നടരാജാ
ടി വാടീ; കളിയാടാം
ടു; ടുംടും താളത്തിൽ
ടൂ പാടൂ ഈണത്തിൽ.

ടെ ടേപ്പുകൾ പാടുന്നു
ടൊ ടോമി വരുന്നുണ്ട്
ടൈയും കെട്ടി വരുന്നതുകണ്ടോ
ട്രൗസർ കീശേൽ കൈയിട്ട്.

ത ത്ത തത്തമ്മ
താ താളം തരികിടതോം

തി തിലകം തിരുനെറ്റി
തീ തീപ്പൊരി തൃക്കണ്ണിൽ

തു തുമ്പി തുള്ളാട്ടം
തുമ്പപ്പൂവിനു ചാഞ്ചാട്ടം

തൂമധുവുണ്ണാൻ വന്നാട്ടെ
തൂശനിലയിലിരുന്നാട്ടെ

തെ തെയ്യം തിറയാട്ടം
തേ തേവന് തീയാട്ടം

തൈ തിത്തൈ **തൊ** തിത്തോം
തോം തോം തിത്തിത്തൈ.

പ പപ്പാ; പാപ്പം വേണം
പി പിപ്പി; പീപ്പി വേണം

പു പൂപ്പൊലി പൂത്തുമ്പി
പെ പെപ്പര **പേ** വേണം

പൊട്ടിപ്പോകുമെന്നാലും
പൈസ തീരുമെന്നാലും

പപ്പാ വേണം പിപ്പിപ്പീ
ഇപ്പോ വേണം പെപ്പരപ്പേ...

കള്ളപ്പം നല്ലപ്പം
അന്തപ്പൻ ചുട്ടപ്പം
വെന്തപ്പം പത്തപ്പം
അപ്പായി കട്ടപ്പം
ചൂടപ്പം പത്തപ്പം
അപ്പായി തിന്നപ്പം
അപ്പായി അങ്ങനെ
മത്തായി; അപ്പമത്തായി.

മ മാനം; **മി** മീനം
മു മൂലം; **മൂ**ലോകം

മെ **മേ**ഘം മാനത്ത്
മൊ **മോ**ഹം നെഞ്ചത്ത്

മൈന പാടും കൊമ്പത്ത്- ഞാൻ
കേട്ടുനില്ക്കും **മൗ**നത്തിൽ.

A B C D അടിപിടികൂടി
E F G H അവരോടുകൂടി

I J K L ഏഷണികൂട്ടി
M N O P ഭീഷണികാട്ടി

Q R S T സന്ധിപറഞ്ഞു
U V W നന്ദി പറഞ്ഞു

X Y ചേർന്നൊരു വേലിയൊരുക്കി
Z പൂട്ടായ് വേലിയിൽ നിന്നു.

അക്ഷരപ്പോര്

കൊന്നത്തെങ്ങിന്റെ മുകളിലുള്ള കൂട്ടിലിരുന്ന് കാക്കമ്മ മക്കളെ പ്രാതലുകഴിക്കാൻ വിളിച്ചു
ക...കാ... കാ....

മുറ്റത്തു പഴങ്കഞ്ഞി കഴിച്ചുകൊണ്ടുനിന്ന കോഴിയമ്മയും മക്കളും ആ വിളികേട്ടു. മക്കൾ പേടിച്ച് **കി കീ.. കി കീ..** വിളിച്ചുകൊണ്ട് അമ്മയുടെ ചിറകിനടിയിൽ ഒളിച്ചു.
കോഴിക്കുഞ്ഞുങ്ങളുടെ പേടികണ്ട് തൈ-മരക്കൊമ്പത്തിരുന്ന കുയിൽ **കു കൂ... കു കൂ** എന്ന് കളിയാക്കി.

ചില്ലകൾതോറും ചാടി നടന്ന അണ്ണാറക്കണ്ണൻ കുയിലിന്റെ കളിയാക്കൽ കേട്ടു **കൃക്ലൂ.. കൃക്ലൂ** എന്നു ചിരിച്ചു.
എല്ലാവരും കൂടി തന്റെ മക്കളെ കളിയാക്കിയപ്പോൾ കോഴിയമ്മ **കെ കേ... കെ.കേ...** എന്ന് ദേഷ്യപ്പെട്ടു.
ബഹളം കേട്ട് കാര്യം തിരക്കാനെത്തിയ ഞാവാലിപ്പട്ടിയെ കോഴിയമ്മ കൊത്താനോടിച്ചപ്പോൾ
കൈ... കൈ... വിളിച്ചുകൊണ്ടത് ഓടിപ്പോയി.
അപ്പോഴേക്കും **കൊ കോ...; കൊ കോ...** എന്നു വിളിച്ചു ചോദിച്ചുകൊണ്ട് കോഴിയച്ഛനും അവിടെ എത്തിച്ചേർന്നു.
പക്ഷേ, ആരും ഒന്നും പറഞ്ഞുകൊടുത്തില്ല.
കോഴിയച്ഛൻ ചുറ്റും നോക്കി
പട്ടിക്കൂട്ടിനുള്ളിൽ കിടന്ന് ഒരു മുണ്ടൻപട്ടി
കൗ.. കം.. കഃ എന്ന് മുറുമുറുത്തു.

ചിരിമത്സരം

പെരുവായക്കുന്നിൽ അപ്പൂപ്പന്മാർക്കും അമ്മൂമ്മമാർക്കും വേണ്ടി ഒരു ചിരിമത്സരം സംഘടിപ്പിച്ചു. പല്ലില്ലാത്ത ധാരാളം അപ്പൂപ്പന്മാരും അമ്മൂമ്മമാരും മത്സരത്തിൽ പങ്കെടുക്കാനെത്തി.

ക്ഷ യുടെ അദ്ധ്യക്ഷതയിൽ മത്സരം ആരംഭിച്ചു.

വ വിസിലൂതി. റ റഫറിയായി മത്സരം നിയന്ത്രിച്ചു.

തലയിൽ മുടിയില്ലാത്ത ഒരപ്പൂപ്പന്റെ **ഹ...ഹാ...ഹ...ഹാ...** എന്ന ചിരിയോടെ മത്സരം ആരംഭിച്ചു.

രണ്ടാമതു മത്സരിക്കാനെത്തിയത് ഒരമ്മൂമ്മ

യായിരുന്നു. അമ്മൂമ്മയുടെ ചിരി **ഹി ഹീ... ഹി ഹീ...** എന്നു നീണ്ടപ്പോൾ **ഹു ഹൂ... ഹു ഹൂ...** എന്ന് കാണികൾ കളിയാക്കി.
അടുത്ത അപ്പൂപ്പൻ **ഹെ ഹേ... ഹെ ഹേ...** എന്നു ചിരിച്ചപ്പോഴും കാഴ്ചക്കാർ **ഹൈ...ഹൈ** എന്നു പരിഹസിച്ചു.
പരിഹാസം ഭയന്നു പരിഭ്രമത്തോടെ വേദിയിലെത്തിയ അമ്മൂമ്മ **ഹൊ ഹോ...ഹൊ ഹോ** എന്ന് ചിരിച്ചത് ജനങ്ങൾക്കേറെ ഇഷ്ടപ്പെട്ടു. അവർ **ഹൗ ഹം...ഹൗ ഹം** വിളിച്ച് അമ്മൂമ്മയെ പ്രോത്സാഹിപ്പിച്ചു.
അതോടെ മത്സരം അവസാനിച്ചപ്പോൾ അമ്മൂമ്മയ്ക്കു തന്നെ സമ്മാനം കിട്ടുമെന്ന ഉറച്ച വിശ്വാസത്തോടെ സദസ്സൊന്നൊടങ്കം **ഹ ഹ..ഹ ഹ..** എന്ന് ആർത്തുചിരിച്ചു.

കുട്ടിക്കവിതകൾ

കുഞ്ഞുമനസ്സിൻ ഭാവനകൾ
കുഞ്ഞിച്ചിറകുവിടർത്തുമ്പോൾ
ഉള്ളിലുദിച്ചുവരുന്ന വിചാര
ത്തൊങ്ങലണിഞ്ഞ കുറുങ്കവിത.

പ്രാർത്ഥന

അക്ഷരാത്മിക വാണരുളീടുമീ
പുണ്യ ശ്രീലക സോപാനമെത്തിയോർ
അക്ഷമാല്യമുരുക്കഴിക്കുന്നു, ശ്രീ-
വിദ്യാദേവി; അനുഗ്രഹിച്ചീടണേ.... !

സോദരർ ഞങ്ങളേവരും തങ്ങളിൽ
ഭേദചിന്ത വളരാതെ കാക്കണേ
ജാതിയും മതവൈരവും ഞങ്ങളിൽ
പേവിഷജ്വാല വീശാതിരിക്കണേ...!

സ്നേഹ സൗഹൃദ സാന്ത്വനഛായയിൽ
ജ്ഞാനമേകും ഗുരുവചനങ്ങളിൽ
സത്യവും ധർമ്മബോധവും ഹൃത്തിലെ
ശക്തിയാകുവാൻ നിത്യം തുണയ്ക്കണേ...!

വിദ്യാരംഭം

നാവിൽ ഹരിയെന്നാചാര്യൻ
സ്വർണ്ണംകൊണ്ടു കുറിച്ചപ്പോൾ
ഉണ്ണിക്കണ്ണിൽ അക്ഷരവെട്ടം
നക്ഷത്രപ്പൊൻപ്രഭ തൂകി.

അരിയിൽ വിരൽത്തുമ്പുഴുതപ്പോൾ
ഹരിശ്രീയെന്നു തെളിഞ്ഞപ്പോൾ
അറിവിൻ ജാലകവാതിലുമെല്ലെ
മറയില്ലാതെ തുറന്നല്ലോ... !

ഗണപതയേ നമഃ പ്രാർത്ഥനയായ്
ഗണനായകനെ നമിച്ചപ്പോൾ
ഗുരുവും ദൈവവുമെന്മുന്നിൽ
പുഞ്ചിരിപെയ്തു നിരന്നല്ലോ...!

സ്വാഗതഗാനം

സ്വാഗതം സ്വാഗതം കൂട്ടുകാരേ
നാളത്തെ നാടിന്റെ പാട്ടുകാരേ
അക്ഷര മുറ്റമണിഞ്ഞൊരുങ്ങി
അക്ഷരദീപം കൊളുത്തു നിങ്ങൾ.

അക്ഷരപ്പൂന്തേൻ പകർന്നു നല്കാം
അറിവിന്റെ വാതിൽ തുറന്നു നല്കാം
അറിവിന്റെ നിറവുകൾ പൂത്തുലഞ്ഞാടുന്ന
പൂമണം നിങ്ങൾക്കു സ്വന്തമാക്കാം.

ഒരുമിച്ചു പാട്ടുപാടിക്കളിക്കാം
ഒരുമയിൽ കൈകോർത്തു ചുവടുവയ്ക്കാം
കുഞ്ഞിക്കഥകൾ പറഞ്ഞിരിക്കാം
പുത്തനറിവുകൾ പങ്കുവയ്ക്കാം

വർണ്ണപ്പകിട്ടുള്ള പുഷ്പങ്ങളേ
പുള്ളിച്ചിറകുള്ള തുമ്പികളേ
ഇത്തിരുമുറ്റത്തു നിങ്ങളൊരുക്കുക
നല്ലൊരു നാളെതൻ പൂക്കളങ്ങൾ... !

ചക്കരക്കിണ്ണം

ഉണ്ണിക്കിടാങ്ങളേ, കൈനീട്ടിനില്ക്കുക
സമ്മാനമൊന്നു ഞാൻ നല്കാം
സമ്മോഹനമതു സല്ലാപവേളയിൽ
ചൊല്ലിരസിക്കാം, പഠിക്കാം.

സമ്മാനമെന്തെന്നറിയാമോ, നോക്കുക
ചക്കരക്കിണ്ണം, മണിക്കിണ്ണം
കിണ്ണത്തിലെന്തെന്നറിയാമോവൊത്തിരി
കൊച്ചുകാര്യങ്ങൾ രസക്കഥകൾ.

അക്ഷരപ്പാട്ടുകടങ്കവിത
കുട്ടിക്കവിതകളേറെയുണ്ട്.
പാടിരസിക്കുവാൻ, വാതുവയ്ക്കാൻ
ഉത്തരം തേടും കടങ്കവിത.

ചക്കരക്കിണ്ണം നിറച്ചുണ്ട്,
ചക്കരപോലെ മധുരമുണ്ട്
എത്ര കേട്ടാലും മതിവരാതുള്ളൊരാ-
ത്തേനൂറും പാട്ടുകളേറെയുണ്ട്.

പാട്ടായിപ്പാടാം, പറയാം കഥയായി-
പ്പാടിക്കളിക്കാം ചുവടുവയ്ക്കാം,
ആടിക്കളിക്കാമടിച്ചുപൊളിക്കാം
അക്ഷരലോകത്തെ കീഴടക്കാം.

നാക്കും വാക്കും

നാക്കു നന്നായാൽ; നമ്മുടെ
വാക്കു നന്നാവും.
വാക്കു നന്നായാൽ; നമ്മുടെ
പോക്കു നന്നാവും.....!

പോക്കതെന്നാൽ നന്മ പൂക്കും
ജീവിതയാത്ര
യാത്രനീളെ നന്മ പൂത്താൽ
പൂമരത്തണല്

പൂമരത്തണലേറ്റുപോകാം
സ്നേഹവീഥികളിൽ
നല്ലവാക്കുകൾ പൂക്കളായി
പങ്കുവച്ചീടാം...

പൂവിനുള്ളിൽ നുരഞ്ഞുപൊന്തും
തേൻ നുകർന്നീടാം...
തേൻതുളുമ്പും വാക്ക്, നാക്കിന്
സ്വന്തമാക്കീടാം...!

നാക്കു നന്നായാൽ, നമ്മുടെ
വയറു നന്നാവും
വയറു നന്നായാൽ, രോഗ
ദുരിതമൊഴിവാകും.

നാക്കിനിഷ്ടം നോക്കി നമ്മള്
നിത്യവും തിന്നാൽ
നാക്കിനിഷ്ടം പോലെ നമ്മള്
വാക്കുകൾ ചൊന്നാൽ

നാക്കു നമ്മുടെ ശത്രുവാകും
വാക്കു നാടിൻ ശത്രുവാകും
നമ്മൾ പോലുമറിഞ്ഞിടാതെ
നാക്കു നമ്മളെ വെട്ടിലാക്കും

നാക്കിനെല്ലില്ലെന്നറിഞ്ഞ്
നാക്കിനെ നാം നിയന്ത്രിച്ചാൽ
നമ്മളെന്നും നല്ലനാക്കിന്നുടമയാകും, എന്നും
നല്ല വാക്കിൻ തണലിലാകും.

സത്യം

ഒരു കൊച്ചുകള്ളം പറയുമ്പോളോർക്കുക,
സത്യസ്വരൂപൻ പിണങ്ങും.
സത്യസ്വരൂപനാണീശ്വരനോർക്കുക
നമ്മളോടൊപ്പമുണ്ടെന്നും....!

സത്യം നശിക്കില്ല, സത്യസ്വരൂപന്റെ
ശക്തി ക്ഷയിക്കില്ലതോർക്കൂ
സത്യമതൊന്നേ ജയിക്കുന്നു, നിത്യവും
സത്യമനശ്വരമല്ലോ...!

ലോകങ്ങളെല്ലാം നിറയും വെളിച്ചവും
സത്യപ്രകാശമതല്ലോ
സത്യം മരിച്ചാലിരുളുമീഭൂതലം
സത്യം മരിക്കാതെ കാക്കാം...!

സത്യം മഹാശക്തിമാത്രമല്ലൈശ്വര്യ
സിദ്ധിയും ബുദ്ധിയും സത്യമത്രേ,
സത്യപഥങ്ങളിലൂടത്രേ നിത്യവും
സർവ്വപ്രപഞ്ച പ്രയാണങ്ങളും...!

തത്തമ്മ

അത്തിമരത്തിൻ പൊത്തിലിരിക്കും
തത്തപ്പെണ്ണേ പോരാമോ
ഇത്തിരിനേരം പൊത്തിൽനിന്ന്
പുറത്തു വരുന്നതു രസമല്ലേ.

പൂങ്കാറ്റൂതും നെല്പാടത്തിൽ
കനകക്കതിരു വിളഞ്ഞല്ലോ
കതിർമണി കൊത്തിയെടുക്കാൻ പോരൂ
കിളിയാട്ടുണ്ണികൾ കാണാതെ

പാലും പഴവും നല്കാമെന്നുടെ
വീട്ടിൽ വിരുന്നിനു വന്നീടിൽ
ചോറും കറിയും കൊതിയാണെങ്കിൽ
മതിയാവോളം തന്നീടാം

ഒത്തൊരുമിച്ചു കളിച്ചു രസിക്കാം
ഒത്തൊരുപാട്ടും പാടീടാം
പുത്തൻ പാട്ടുകൾ പാടാമെങ്കിൽ
നല്ലൊരു മുത്തം നല്കീടാം...!

പാട്ടുകാരിക്കിളി

കാലമാം കാട്ടാളനമ്പെയ്തു വീഴ്ത്തിയെൻ
കരളിലെപ്പാടുന്ന കിളിയെ....
മോഹമായ്, സ്വപ്നമായ്
മനസ്സിന്റെ മാനത്ത്
പാടിപ്പറന്നൊരെൻ കിളിയെ....!

അമ്പേറ്റമുറിവിൽ നിന്നുതിരുന്ന രുധിരത്തി-
ലിഴയുമ്പൊഴുമതിൻ ചുണ്ടിൽ
എന്നെയുണർത്തുവാൻ
പാടിയ പാട്ടിന്റെ
ഈണം തുടിപ്പതു കേൾപ്പൂ...!

പ്രാണൻ പിരിയുവാൻ
പിടയുന്ന നേരവും
പാടാൻ മറക്കാത്ത കിളിയേ
നിന്നെക്കുറിച്ചൊന്നു പാടട്ടെ-
യല്ലെങ്കിലിനിയെന്തു പാടണം കിളിയേ...!

പകൽക്കുറി

വെയിൽപ്പൂക്കൾ വാടാതെ
നൃത്തം ചവിട്ടുന്ന-
പകൽ സൗഹൃദങ്ങൾ
പഴമ്പാട്ടുമൂളുന്ന-
ഇത്തിക്കര നദിക്കിക്കരെയിത്തിരി-
ക്കൊച്ചുകിനാക്കൾ തൻ
പുഞ്ചവിളയുന്ന-
ഇത്തിരിപ്പാടമെൻ
കൊച്ചുഗ്രാമം, നല്ല
വെൺപകൽക്കുറി തൊട്ട
പുണ്യദേശം, എന്റെ
ജന്മദേശം... !

എന്റെ നാട്

ഒരു ജാതി, ഒരു മതം
ഒരു ദൈവമെന്നാദ്യം
ഉരുവിട്ട ഗുരുവിന്റെ ജന്മനാട്.
സ്നേഹമാണഖിലാണ്ഡ
സാരമെന്നോതിയോ-
രാശാൻ ജനിച്ചു വളർന്ന നാട്.
വായിച്ചുവളരുവാൻ
നമ്മെപ്പഠിപ്പിച്ച്
പി എൻ പണിക്കർ നയിച്ച നാട്.
ഓരായിരം രക്തപുഷ്പങ്ങൾ ഞെട്ടറ്റു
വീണുചുവന്നതാണെന്റെ നാട്.
രക്തപുഷ്പങ്ങൾ തൻ
അരുണാഭയുരുകിയൊരു
ചെമ്പൻ പുലരിയുദിച്ചനാട്.
ചെമ്പൻ പുലരിതൻ
കുങ്കുമച്ചോപ്പുകൊ-
ണ്ടങ്കം ജയിച്ചതാണെന്റെ നാട്.
ഇന്നും കെടാതെ
ജ്വലിക്കുമൊരായിരം
അഗ്നിനക്ഷത്രമുദിച്ചനാട്.....

അടിപിടിമേളം

മാനത്തമ്പിളിമുറ്റത്ത്
അടിപിടിമേളം കേൾക്കുന്നു
മേഘം തമ്മിലടിക്കുന്നോ?
തോറ്റവർ പൊട്ടിക്കരയുന്നോ?

കണ്ണീരാണോ പെയ്യുന്നു
മണ്ണിൽ കുളിരു പരക്കുന്നു
മണ്ണിൻമാറിൽ പുത്തൻനാമ്പുകൾ
പുഞ്ചിരിയോടെ തുള്ളുന്നു.

പുഞ്ചപ്പാടം കടലായി
കളിയോടങ്ങടെ നിരയായി
കാറ്റിൻ കൈകൾ തോണി മറിക്കാൻ
പാത്തു പതുങ്ങി നടപ്പായി

കാറ്റേ,തോണിമറിക്കല്ലേ
അക്കരെയെത്തിച്ചേർന്നോട്ടെ
പുത്തൻ കനവുകൾ പൂക്കും തീര-
ത്തിത്തിരി നേരമിരുന്നോട്ടെ...!

ഉണരൂ

ഉണരൂ... ലഹരിയിലാണ്ടുമയങ്ങും
യുവശക്തികളേ ഉണരൂ
ഉണരൂ.. പുതിയൊരു പുലരി പിറക്കാൻ
ലഹരിക്കെതിരെ പൊരുതൂ...

ചോര ഞരമ്പുവിഷക്കുഴലാക്കി
ചേതന വിഷമയമാക്കി
നക്ഷത്രപ്പൂമിഴികളിലന്ധത
താമസമാക്കി, തമസ്സാക്കി.

പുതിയ യുഗത്തിൻ തേരാളികളെ
നിങ്ങളെയാരോ കരുവാക്കി
അറിയുക നേരിതു, നേരറിവിൻ പ്രഭ
നിങ്ങടെ കണ്ണിൽ വിളങ്ങട്ടെ

ലഹരികൾ തേടിയലഞ്ഞു നടക്കും
പകരം പലതും ബലിനല്കും
തിരിച്ചു നേടാനാവില്ലൊന്നും
നശിച്ചുപോമീ നരജന്മം.

ഓർക്കുക, ജീവിത വഴികളിലെങ്ങും
നിറഞ്ഞുനില്പൂ ലഹരീ...
നുകരൂ... ജീവിതകാലം മുഴുവൻ
പകർന്നുനല്കൂ ലഹരി.

സ്നേഹമതൊന്നേ ലഹരി, മർത്ത്യന്
മാനവസ്നേഹം ലഹരി
സ്നേഹത്തിൻ ലയലഹരിയിൽ മുഴുകൂ
പകരൂ; സ്നേഹം പാലമൃതായ്.....

ഓണക്കവിതകൾ

ഓണമൊരോമൽക്കനവാണ്
കനവിൽ വിരിയും മലരാണ്
മലരിൽ നിറയും മധുവാണ്
മധുവായ് നുകരൂ പൊന്നോണം.

ആവണിമാസം

ആവണിമാസം വന്നല്ലോ
ഓണനിലാവു പരന്നല്ലോ
ഓണപ്പൂക്കൾ വിടർന്നല്ലോ
പൂക്കളമൊന്നു ചമച്ചല്ലോ

ഓണക്കോടിയണിഞ്ഞല്ലോ
ഓണസദ്യയൊരുങ്ങുന്നു
ഓണത്തപ്പനെ വരവേല്ക്കാൻ
ഓണപ്പൂവിളിയുയരുന്നു.

ഓണത്തപ്പാ കുടവയറാ, നിൻ
തിരുവരവെന്നുമൊരാഘോഷം
ഓണത്തപ്പാ പോകല്ലേ, ഈ
ഉണ്ണിക്കെന്നും നീ വേണം.

അത്തം മുതൽ

അത്തം പത്തിനു തിരുവോണം
മുറ്റം ചെത്തിയൊരുക്കേണം
പത്തായത്തിലെ പുന്നെല്ല്
ചിത്തിര നാളിലെടുക്കേണം
ചോതിപുഴുങ്ങി, **വിശാഖ**മുണക്കി
അനിഴം നാളിൽ കുത്തേണം.

കേട്ടക്കല്ലോ നെട്ടോട്ടം
കണ്ടതു കടിയതു വാങ്ങേണം
മൂലം നാളിൽ മുറ്റത്ത്
പൂക്കളമിട്ടു നിറയ്ക്കേണം.

പൂരാടത്തിൻ പൊടിപൂരം
ഇടിപൊടി താളത്തുടിമേളം
ഇഞ്ചിയുമച്ചാറഞ്ചുവിധം
പൂരാടത്തിനൊരുക്കേണം.

ഒന്നാമോണമതു**ത്രാടം**
ഉച്ചതിരിഞ്ഞാൽ വെപ്രാളം
വെപ്രാളത്തിലിരുട്ടി വെളുത്താൽ
എല്ലാവർക്കും **തിരുവോണം.**

ഓണം വന്നു

ഓണം വന്നൂ പൊന്നോണം
ആവണിമാസത്തിരുവോണം
ഓണം കാണാനോടി വരൂ
ഓലേഞ്ഞാലിക്കുരുവികളേ...
ഊഞ്ഞാലാടി രസിക്കാൻ വാ
ഊഞ്ഞാൽപ്പാട്ടുകൾ പാടാൻ വാ
പൂക്കളിറുത്തു നിറയ്ക്കാൻ വാ
പൂക്കളമൊന്നു ചമയ്ക്കാൻ വാ
ഓണക്കോടിയുടുക്കാൻ വാ
ഓണസദ്യ കഴിക്കാൻ വാ
ഓണക്കളികൾ കളിക്കാൻ വാ
ഓണക്കാഴ്ചകൾ കാണാൻ വാ
കൂട്ടരെയൊക്കെ വിളിച്ചോളൂ
കൂട്ടം കൂടി പോന്നോളൂ
പൊന്നോണത്തിന്നുത്സവഘോഷം
ഉത്സാഹിച്ചു പറഞ്ഞോളൂ.
ലോകം മുഴുവൻ കേൾക്കട്ടെ
കേട്ടവർ പാടി നടക്കട്ടെ
പാരിടമെങ്ങും നിറയട്ടെ
പൊന്നോണത്തിൻ പൂവിളികൾ...!

ഓണസ്വപ്നം

ഓണത്തപ്പനെഴുന്നള്ളുന്നു
ഓണപ്പുലരി ചിരിക്കുന്നു
ഓണപ്പൂവിളിയുയരുന്നു
ഓണപ്പാട്ടുകൾ പാടുന്നു.

ഓണപ്പൂക്കളിറുക്കുന്നു
പൂക്കളമൊന്നു ചമയ്ക്കുന്നു
ഓണക്കോടിയുടുക്കുന്നു
ഊഞ്ഞാലാടി രസിക്കുന്നു.

ഓണസദ്യയൊരുക്കുന്നു
തുമ്പിലവച്ചു വിളമ്പുന്നു
ഉണ്ടു നിറഞ്ഞുകഴിഞ്ഞു; പിന്നെ-
കാഴ്ചകൾ കണ്ടു നടക്കുന്നു.

ആണ്ടോടാണ്ടായിതുപോലെ
പഴമകൾ പാടിയിരുന്നിട്ടും
സമത്വമെന്ന മഹാസ്വപ്നത്തിൻ
മധുരവസന്തം വന്നില്ല.

ഓണം

പൊന്നോണത്തിൻ പൂവിളി ദൂര-
ത്തെങ്ങോയുയരുന്നു!
ഓണപ്പാട്ടിൻ ശീലുകളതിലൊരു
തേങ്ങലുചാർത്തുന്നു...!
    അത്തപ്പൂക്കളമൊന്നു ചമയ്ക്കാൻ
    പൂവുകളില്ലല്ലോ.!
    പൂക്കളിറുക്കാൻ മാമലനാട്ടിൽ
    പൂവനമില്ലല്ലോ !
ഓണസദ്യയൊരുക്കാനിവിടെ
പുത്തരിയില്ലല്ലോ!
പുന്നെല്പാടത്തെങ്ങും പുത്തൻ
മണിമേടകളല്ലോ!
    മണിമേടകളുടെ മുറ്റത്തെങ്ങും
    തൈമരമില്ലല്ലോ !
    ആടിപ്പാടി രസിക്കാനെങ്ങുമൊ-
    രൂഞ്ഞാലില്ലല്ലോ!
ഊഞ്ഞാലാടിപ്പാടാതെന്തൊരു
ചിങ്ങത്തിരുവോണം?
അത്തപ്പൂക്കളമില്ലാതെന്തോ-

രോണം, പൊന്നോണം?
ഓർമ്മയിൽ നിന്നുമൊരോണത്തേരിൽ
വാ.. വാ.. തിരുവോണം !
ഓർമ്മകളുണ്ടു സുഖിച്ചുരസിക്കാൻ
വാ.. വാ.. പൊന്നോണം.. !

മാവേലി

ഒരുനാളും തെറ്റാതെ മാവേലിത്തമ്പുരാൻ
ആവണിപ്പൊൻതേരിൽ വന്നിറങ്ങി
മാമലനാടല്ല, മാലിന്യനാടിതെ-
ന്നാരോ പറയുന്നൊരൊച്ച പൊങ്ങി.

മുത്തുക്കിരീടമണിഞ്ഞ ശിരസ്സാകെ
മത്തുപിടിച്ചു കറങ്ങിടുന്നു
കാഴ്ചമറയുന്നു, ചുറ്റിലും പാതാള
ഭൂലോക ദൃശ്യങ്ങൾ മിന്നിടുന്നു.

നാടാകെ മാറിയോ കാലവും മാറിയോ
മാലോകർ നമ്മേ മറന്നുവെന്നോ?
ആണ്ടിലൊരിക്കൽ വന്നെത്തുന്ന നമ്മേയും
കാത്തിരിക്കാനാരുമില്ലയെന്നോ?

ഉള്ളിലുറങ്ങും പരിഹാസമോടൊരാൾ
മെല്ലെയടുത്തു കുശലമോതി
എങ്ങോട്ടാണോലക്കുടയും പിടിച്ചുകൊ-
ണ്ടായുസ്സിലാശങ്ക തെല്ലുമില്ലേ?

കാൽനട യാത്രയിപ്പാതയിൽ പാടില്ല
കാലപുരിയിലേചെന്നു ചേരൂ..
പണ്ടങ്ങളീമട്ടണിഞ്ഞു കണ്ടാൽ, വല്ല
പണ്ടാരപ്പിള്ളേരും പൊട്ടിച്ചേക്കാം.
പൊല്ലാപ്പാകും പിന്നെ, പൊലീസിൽപ്പോയാലോ
ലോക്കപ്പിലന്ത്യവും സംഭവിക്കാം.

ഓർമ്മയിലങ്ങയെയോർത്തോമനിക്കുവാൻ
ഒരായിരം കഥ നെഞ്ചിലുണ്ട്.
അതുമാത്രം മതി ഞങ്ങൾക്കവിടത്തെ രൂപവും
ഒളിമങ്ങാതിപ്പൊഴും ഹൃത്തിലുണ്ട്.

അതു മാത്രം മതി ഞങ്ങൾക്കകതാരിൽ പൂജിക്കാൻ
ഇവിടിനിപ്പുലരില്ലാപ്പുണ്യകാലം.
പുലരാത്ത പുലരിക്കു വരവേല്പൊരുക്കുവാൻ
പുതുപൂക്കൾ വിരിയുമോ പട്ടകൊമ്പിൽ?

പട്ടില്ല, പട്ടിളം തളിരണിഞ്ഞിനിയുമതു
മൊട്ടിട്ടുപൂവിടും താലമേന്തും
താലത്തിൽ നന്മകൾ നിറഞ്ഞുകത്തും, നീളെ
ഓണമെത്തും, നമുക്കോണമെത്തും...!

നീണ്ട കവിതകൾ

കഥയല്ല; കഥപോലെയിത്തിരി കാര്യങ്ങൾ
കവിതയായ്പ്പറയാൻ പരിശ്രമിക്കേ
പരിധി കഴിഞ്ഞെന്ന പഴിപോക്കാൻ ഞാനതു
നീണ്ട കവിതകൾ   എന്നെഴുതി.

മലയാള മാസങ്ങൾ

ചിങ്ങമാസം പിറന്നല്ലോ
പുന്നെല്ലു വിളഞ്ഞല്ലോ
ഓണത്തെ വരവേല്ക്കാൻ
പൂക്കളെങ്ങും വിരിഞ്ഞല്ലോ.

കന്നിമാസം പിറന്നല്ലോ
ഗുരുദേവ ജയന്തിയായ്
വിദ്യാരംഭവും വന്നു
അക്ഷരപ്പൂന്തേൻ നുകരാൻ.

ദീപാവലിമേളമോടെ
തുലാമാസം പിറന്നപ്പോൾ
ദീപമാലയണിഞ്ഞു വീടുകൾ
വെടിമുഴക്കി, തുടിമുഴക്കി.

ശരണമന്ത്ര ധ്വനികളോടെ
വൃശ്ചികം വന്നണഞ്ഞപ്പോൾ
തൃക്കാർത്തിക മിഴിതുറന്നു
മഴമേഘം പറപറന്നു.

തിരുവാതിര നടനമോടെ
ധനുമാസം പിറന്നപ്പോൾ
തരുണിമാരുടെ മാനസത്തിൽ
തരിവളകൾ താളമിട്ടു.
കുളിരുപെയ്ത ദിനങ്ങളോടെ
മകരമാസമണഞ്ഞകാലം
പൊങ്കലിന്റെ പുരാണപുണ്യം
മൺകലങ്ങൾ നിറച്ചുതന്നു.

കുടംപോലെ മഴ പെയ്യും
കുംഭമാസം വന്ന നാളിൽ
ശിവരാത്രി വ്രതശുദ്ധി
മനസ്സാകെ നിറഞ്ഞല്ലോ.

കൊടും വേനൽച്ചൂടുമായി
മീനമാസം പിറന്നപ്പോൾ
ഉത്സവങ്ങളമ്പലങ്ങളി-
ലാഘോഷം പൊലിച്ചല്ലോ

കണിക്കൊന്ന പൂത്തുലഞ്ഞു
വിഷുക്കാലം വരവായെ-
ന്നറിയിക്കാൻ കണിയുമായ്
മേടമാസം വിരുന്നെത്തി.

ഇടിവെട്ടി മഴപെയ്യും
ഇടവപ്പാതിയുമായി
പടി കടന്നെത്തിയല്ലോ
ഇടവമാസം കാളയെപ്പോൽ

വറുതിയും പൊറുതിക്കായ്
രോഗദുരിതപ്പടയുമായി
അറപ്പില്ലാതുറപ്പോടെ

മിഥുനമാസവുമെത്തിയല്ലോ

രാമനാമ ജപങ്ങളോടെ
മാനസങ്ങളുണർത്തി മെല്ലെ
ശാന്തിമന്ത്രം പഠിപ്പിക്കാ-
നെത്തിയല്ലോ കർക്കടകം.

കുഞ്ഞായിരിക്കുവാൻ മോഹം

കൊച്ചുകുഞ്ഞുങ്ങളെ
നിങ്ങളെക്കാണുമ്പോ-
ളിപ്പോഴുമെന്നുള്ളിൽ മോഹം;
കുഞ്ഞായിരിക്കുവാൻ മോഹം...!

നിങ്ങളോടൊപ്പം നടക്കാൻ,
കളിവീടു കെട്ടിക്കളിക്കാൻ,
വർണ്ണക്കുരുത്തോലപ്പന്തലൊരുക്കുവാൻ
ദേവനെപ്പൂജിച്ചിരുത്താൻ,
ആട്ടവും പാട്ടുമായുത്സവം കൂടുവാൻ
ആർത്തുല്ലസിച്ചു രസിക്കാൻ,
കൊച്ചുകുഞ്ഞുങ്ങളെ നിങ്ങളെക്കാണുമ്പോൾ
ഇപ്പോഴുമെന്നുള്ളിൽ മോഹം;
കുഞ്ഞായിരിക്കുവാൻ മോഹം.

കണ്ണൻ ചിരട്ടയിലൂണൊരുക്കി,
പുന്നയിലയിൽ വിളമ്പിവച്ച്
അച്ഛനുമമ്മയും മക്കളുമായ്, നിങ്ങ-
ളൂണിന്നിരിക്കുന്ന നേരം,

നിങ്ങളോടൊപ്പമിരുന്നുണ്ണുവാൻ, കറി-
ക്കുറ്റങ്ങൾ ചൊല്ലിക്കലഹിക്കുവാൻ, പിന്നെ-
യെല്ലാം മറന്നു കളിച്ചുരസിക്കുവാൻ
കൊച്ചുകുഞ്ഞുങ്ങളെ,
നിങ്ങളെക്കാണുമ്പോൾ
ഇപ്പോഴുമെന്നുള്ളിൽ മോഹം;
കുഞ്ഞായിരിക്കുവാൻ മോഹം!

ഉച്ചക്കൊടുംവെയിലെത്താത്ത മാഞ്ചോട്ടി-
ലൊന്നിച്ചിരുന്നു കളിക്കാൻ,
കണ്ണിമാങ്ങാകൾ പെറുക്കിപ്പെറുക്കി-
ക്കറിയുപ്പു കൂട്ടിക്കഴിക്കാൻ
കൊച്ചുകുഞ്ഞുങ്ങളെ,
നിങ്ങളെക്കാണുമ്പോൾ
ഇപ്പോഴുമെന്നുള്ളിൽ മോഹം;
കുഞ്ഞായിരിക്കുവാൻ മോഹം!

പുത്തനുടുപ്പിട്ടു പുള്ളിക്കുടചൂടി
പുസ്തകസഞ്ചിയും തൂക്കി
വിദ്യാലയത്തിലേക്കോടുന്ന നിങ്ങളെ
കാണുമ്പോളെന്നുടെ ഹൃത്തിൽ
നഷ്ട ബോധങ്ങളിതളിട്ടുണരുന്നു
പോയകാലത്തിന്റെയോർമ്മകളായ്...
ഓർമ്മകൾ പങ്കിടാൻ !
ഓർത്തുചിരിക്കുവാൻ !
കൊച്ചുകുഞ്ഞുങ്ങളെ
നിങ്ങളെക്കാണുമ്പോൾ
ഇപ്പോഴുമെന്നുള്ളിൽ മോഹം;
കുഞ്ഞായിരിക്കുവാൻ മോഹം!

ഭാഗ്യം വില്ക്കുന്നവൻ

ടിക്കറ്റു വേണോ ടിക്കറ്റ്
കേരള സർക്കാരിന്റെ
ക്രിസ്തുമസ് ബംബർ ടിക്കറ്റ്
വേണ്ടുവോർ വാങ്ങിക്കൊള്ളൂ.

മറ്റന്നാൾ വ്യാഴാഴ്ച
കോടിയും കാറും കിട്ടാ-
നിപ്പൊഴേ മുടക്കുക
തുച്ഛമാം രൂപാ നൂറ്.

നൂറുരൂപായ്ക്കിന്നെന്തു
വിലയുണ്ടോർക്കൂ നിങ്ങൾ
കിട്ടിയാലൊരുകോടി രൂപയും
പുത്തൻ കാറും.

നീണ്ടുനേർത്തൊരുപയ്യ-
നുറക്കെ വിളിച്ചുകൊ-
ണ്ടോടിയെന്റടുത്തെത്തി
ബസ്സ്റ്റോപ്പിൽ നില്ക്കുന്നേരം
കൈകളിൽ ഭാഗ്യക്കുറി-

ടിക്കറ്റും മിഴിക്കോണിൽ
നൈരാശ്യം കെടുത്തിയ
നിർജ്ജീവ സ്വപ്നങ്ങളും

വിടരാൻമടിക്കുന്ന-
പുഞ്ചിരിത്തൊത്തിൻമീതെ,
കദനം കാവൽനില്ക്കു-
മ്പോലവനെന്നോടോതി

ഒന്നുവാങ്ങുക, സാറെ,
ഭാഗ്യമുണ്ടെങ്കിൽ നേടാം
കോടിയും കാറും ഇനി
രണ്ടുനാളുകൾ മാത്രം.

സ്വപ്നങ്ങൾ സാക്ഷാൽക്കരി-
ച്ചീടുവാൻ, മണ്ണിൽ സ്വർഗ്ഗം
പുത്തനായ് വിടർത്തുവാൻ
മടിക്കാതെടുക്കൂ സാർ..!

ഭാഗ്യമില്ലെനിക്കൊട്ടും
മണ്ണിലിന്നെന്നെപ്പോലെ
ഭാഗ്യഹീനനായൊരാൾ
വേറെ കാണില്ലാകുട്ടീ...,

കൊണ്ടുപോ മുന്നിൽനിന്ന്
വേണ്ടെനിക്കൊരു ലക്ഷോം
ലക്ഷ്യങ്ങളില്ലാത്തവ-
നെന്തിനിപ്പാഴ് ലക്ഷങ്ങൾ...?

വില്ക്കുവാൻ കഴിഞ്ഞില്ലി-
ന്നൊന്നുപോലും ഞാനൊരു
ചായയും കുടിച്ചില്ലി-
ന്നിത്രയും പുലർന്നിട്ടും.

ഈയൊരു ടിക്കറ്റ് സാറു-
വാങ്ങിയാൽ ഭാഗ്യം, ഇന്ന്
എനിക്കും, എന്റമ്മയ്ക്കും
ഉച്ചയ്ക്കൊരൂണായ് കിട്ടും....!

വിദ്യാലയ സ്മരണകൾ

ഓർമ്മതൻ ചക്രങ്ങൾ പിന്നോട്ടുരുട്ടി ഞാൻ
പോയ കാലത്തിൻ പടിക്കലെത്തി
വർണ്ണവസന്തം വിരുന്നൊരുക്കിപ്പോയ
കാഴ്ചകൾ കണ്ടു ഞാൻ കണ്ണുപൊത്തി.

അല്ലലിൻ പല്ലവി തോരാതെ പെയ്തതും
ഇല്ലിമുളം കാടു ചൂളംവിളിച്ചതും
അല്ലിയാമ്പൽപ്പൂവിറുക്കാൻ ശ്രമിച്ചതും
വെള്ളത്തിൽ വീണു പേടിച്ചു വിളിച്ചതും
ഓർമ്മയിൽ മായാതെ നില്ക്കയാണിപ്പൊഴും
ഓമൽക്കിനാവായി; വാടാത്ത പൂക്കളായ്.

പുത്തനുടുപ്പിന്റെ പൊങ്ങച്ചമില്ലാതെ
പൊട്ടിയ സ്ലേറ്റുമായ് കൂട്ടുകാരൊത്തുഞാൻ
പള്ളിക്കൂടത്തിലേക്കാദ്യമായ് പോയതും
ആദ്യാക്ഷരങ്ങളെഴുതാൻ പഠിച്ചതും
കൈവിരൽത്തുമ്പിലൂടക്ഷര വിദ്യതൻ
നോവെന്റെയുള്ളിൽ വിളക്കായ്ത്തെളിഞ്ഞതും
ഇന്നും പ്രകാശം പരത്തുന്നയോർമ്മയായ്

കത്തുന്നു; ഹൃത്തിൻ വിശുദ്ധ തീരങ്ങളിൽ.
ഉപ്പുമാവിൻ സ്വാദു നാവിലുണ്ടിപ്പൊഴും
കൊച്ചുപിണക്കങ്ങൾ കോമാളിവേഷങ്ങൾ
കൂട്ടുകാരൊത്തുള്ള കുട്ടിക്കുസൃതികൾ
ചൂരൽക്കഷായവും മേമ്പൊടിപ്പിച്ചലും
മേലിലോർമ്മിക്കുവാൻ തന്ന സമ്മാനമായ്
കാലങ്ങളേറെക്കഴിഞ്ഞിട്ടുമിപ്പൊഴും
മായാതെ നില്ക്കയാണോർമ്മപ്പുറങ്ങളിൽ.

കാട്ടുചെമ്പാതയിൽ കൂട്ടുകാരൊത്തു ഞാൻ
ഓടിക്കളിച്ചതും കാലിടറിവീണതും
കാട്ടുപഴങ്ങൾ പറിച്ചതുമൊത്തിരി
കാട്ടുപൂക്കൾ ചേർത്തു മാലകൊരുത്തതും
കുട്ടിക്കഴുത്തിലണിഞ്ഞതുമന്യോന്യം
കെട്ടിപ്പിടിച്ചു പറഞ്ഞു ചിരിച്ചതും
ഒന്നൊഴിയാതിന്നു മോർത്തുപോകുന്നു ഞാൻ
ബാല്യകാലത്തിന്റെ ലീലാവിലാസമായ്.

ഓർക്കുവാനുണ്ടിനിയേറെ, നിർത്തട്ടെ ഞാൻ
ഓർമ്മയിലെന്നും മധുരം പുരട്ടുമാ-
ബാല്യകാലത്തിൻ സ്മരണകളെന്നിലെ
എന്നെയുണർത്തുന്ന ശക്തിയായ്ത്തീരുവാൻ...!

കണ്ണില്ലാത്തവർ

വല്ലതും യാചിച്ചു വാങ്ങുവാൻ ഞാനുമെൻ
കണ്ണുകളില്ലാത്ത ചേച്ചിയുമായ്
പാതവക്കത്തെ മരച്ചുവട്ടിൽ, പാട്ടു
പാടിത്തളർന്നു കൈനീട്ടിനിന്നു.

കത്തിപ്പടരും വിശപ്പിന്റെ ജ്വാലകൾ
കത്തിയെരിക്കും വയറുമായി
ഉച്ചത്തിലുച്ചത്തിലേറ്റുപാടി, പച്ച
വെള്ളവും കിട്ടാതവശരായി

ആ വഴിവന്ന മഹാജനം കേട്ടില്ല
പാട്ടുകൾ, ഞങ്ങടെ രോദനങ്ങൾ
കണ്ണുകളില്ലാത്ത ചേച്ചിയെക്കാണുവാൻ
കണ്ണില്ലേ; കേൾക്കുവാൻ കാതുമില്ലേ?

പൊട്ടിച്ചിരിക്കും വിളക്കുമരത്തിന്റെ
പൊള്ളവെളിച്ചത്തിൽ ഞങ്ങൾ രണ്ടും
പൊട്ടിക്കരയുവാനല്ലാതെ മറ്റൊന്നു-
മാകാതെ നിന്നൂ മരച്ചുവട്ടിൽ

ദൂരേന്നു കാറൊന്നുപാഞ്ഞുവന്നൂ, മുന്നി-
ലാരവമോടെയറച്ചുനിന്നു
സുന്ദരനായ യുവാവൊരാൾ തൽക്ഷണം
മന്ദമിറങ്ങിപ്പുറത്തുവന്നു.

കണ്ണിലിരുട്ടുപരന്നില്ലേ; പിന്നെയും
കൈനീട്ടി നില്ക്കുന്നതെന്തു നേടാൻ?
വീഥിയിലാളുകളില്ലാത്ത നേരത്ത്
കൈനീട്ടി നില്ക്കുന്നതാരു കാണാൻ?

(കണ്ണിലിരുട്ടും കരളിൽ കദനവു-
മുള്ളിൽപ്പടരും ജഠരാഗ്നിയും
നിത്യം സഹിച്ചു കഴിയുന്ന ഞങ്ങൾക്ക്
രാവും പകലും വിഭിന്നമല്ല...)

പെട്ടെന്നു തോന്നീമറുപടി, വേണ്ടയ-
തിപ്പോൾ പറഞ്ഞാലയുക്തമാകും
തന്നില്ലയൊന്നുമിന്നാരുമിതുവരെ
വീട്ടിലെത്തീട്ടിനിയെന്തു ചെയ്യാൻ?

ചിന്തിച്ചു നിന്നില്ലയാൾ പിന്നെയല്പവും
നൂറിന്റെ നോട്ടൊന്നെനിക്കു നീട്ടി
പോക നീ വീട്ടിലേക്കത്താഴമൂണിനി-
ന്നാവശ്യമുള്ളതൊരുക്കീടുക.
ആവഴി ഞാനും വരുന്നുണ്ടു ചേച്ചിയെ
വീട്ടിൻ നടയിലിറക്കിയേക്കാം.
കൈയിൽ കടന്നുപിടിച്ചയാൾ ചേച്ചിയെ
വണ്ടിയിൽക്കേറ്റാൻ ശ്രമിച്ച നേരം
പെട്ടെന്നുയുർന്നെൻ വലതുകൈയാമുഖ
ത്താഞ്ഞു പതിച്ചു; ഒരിക്കൽ മാത്രം.

വീണ്ടുമെൻ കൈയൊന്നുയരുന്നതിൻ മുമ്പ്
വണ്ടിയിലേറിയാൾ പാഞ്ഞുപോയി.

പിന്നെയും കൈനീട്ടി നില്ക്കുവാൻ തോന്നീല്ല
പാടുവാൻ പാട്ടുകൾ ബാക്കിയില്ല
കണ്ണുകളില്ലാത്ത ലോകത്തേക്കാണാതെ
കട്ടിയിരുട്ടിലൊളിച്ചു ഞങ്ങൾ...!

വാല്മീകി

വരുണനു പുത്രന്മാർ പത്തുപേര്
രത്നാകരൻ ഇളയോന്റെ പേര്
യൗവനകാലത്ത് വേളിയായി
വേളിയിൽ കുട്ടികളേറെയായി

കള്ളന്മാർ, കൊള്ളക്കാർ, കൂട്ടുകാരായ്
കൊള്ളയ്ക്കു കൂട്ടത്തിൽ കൂടുകയായ്
കൊള്ളമുതലിന്റെ പങ്കുപറ്റി
അല്ലലില്ലാതവൻ വീടു പോറ്റി.

കാലം പതുക്കെക്കടന്നു പോയി
വേലയിൽ മാറ്റമില്ലാതെയായി
കൊള്ളത്തരങ്ങളിൽ മുമ്പനായി
ആരെയും വെല്ലും കരുത്തനായി

അന്നൊരു നാളിൽ വനത്തിലൂടെ;
വള്ളിപ്പടർപ്പിന്നിടയിലൂടെ;
ഭീതികലരാത്ത ഭാവമോടെ;
ചുണ്ടിൽ പൊഴിയുന്ന മന്ത്രമോടെ;

ഏഴുപേർ മന്ദം നടന്നുവന്നു;
ഏഴും ഒരുപോലെയായിരുന്നു.
കേശവും താടിയും നീണ്ടിരുന്നു;
മിഴികളിൽ ശാന്തത പൂത്തുനിന്നു.

അവരുടെ പക്കൽനിന്നുള്ളതെല്ലാം
ഭീഷണിയോടെ പിടിച്ചുവാങ്ങി;
ഒക്കെയും ഭാണ്ഡത്തിനുള്ളിലാക്കി;
വീട്ടിലേക്കോടാനവൻ തുടങ്ങി.

ദുഷ്ക്കർമ്മമീവിധമെന്തിനായി
ചെയ്യുന്നു നീ, യെന്ന ചോദ്യമായി
രത്നാകരന്റെ മറുമൊഴിക്കായ്
സപ്തർഷിമാരിലാകാംക്ഷയായി.

ഭാര്യപുത്രാദികൾ വീട്ടിലുണ്ട്
നിത്യച്ചെലവുകളേറെയുണ്ട്
ബാദ്ധ്യതയെന്റേതെന്നോർമ്മയുണ്ട്
സാദ്ധ്യതയീവഴിക്കേറെയുണ്ട്.

പാപമാണെന്നുള്ള ചിന്തയുണ്ടോ?
ശിക്ഷയെന്താണെന്ന ബോധമുണ്ടോ?
ഒറ്റയ്ക്കനുഭവിച്ചീടുമോ, ശിക്ഷയും
പങ്കിട്ടെടുക്കുമോ വീട്ടുകാരും?

സപ്തർഷിമാരുടെ ചോദ്യശരം
രത്നാകരന്റെ നെഞ്ചിൽത്തറച്ചു
നെഞ്ചിലൊരഗ്നിനാളം മുളച്ചു
ആ മുള, ചിന്തയിൽ തീനിറച്ചു.

ചോദിച്ചിട്ടില്ലയെന്നോടിതാരും
ചോദിച്ചിട്ടില്ല ഞാൻ ഭാര്യയോടും

ചോദിക്കാൻ നേരമനുവദിച്ചാൽ
ചോദിക്കാം ഞാനെന്റെ മക്കളോടും

പോയ്‌വരികെന്നനുവാദമേകി
മുനിമാരവനെയും യാത്രയാക്കി.
രത്നാകരൻ തന്റെ വീട്ടിലേക്കായ്
ആശങ്കയോടെ ഗമിക്കയായി.

കൈകളിൽ ഭാണ്ഡങ്ങളൊന്നുമില്ല;
കിട്ടാത്തതോർത്തുള്ള ദുഃഖമില്ല;
നൈരാശ്യമാമുഖത്തൊട്ടുമില്ല;
കിട്ടേണ്ടതുത്തരമെന്ന ഭാവം;

ഭാര്യതൻ വാക്കുകൾ കേട്ടതില്ല
മക്കടെ പട്ടിണി കണ്ടതില്ല
നേരം കളയാതെ ചോദ്യമായി
ഭാര്യയോടീവിധം രത്നാകരൻ.

ഇക്കാലമത്രയും ചെയ്തതെല്ലാം
പാപകർമ്മങ്ങളാണെന്നറിഞ്ഞു
പാപ ഫലങ്ങളനുഭവിക്കാൻ
കൂടുമോ നിങ്ങളുമെന്റെ കൂടെ?

പാപങ്ങൾ ചെയ്യുവോർ തന്നെയതിൻഫലം
പാരാതനുഭവിച്ചീടണം നിശ്ചയം,
ഭാര്യപുത്രാദികൾ പാപഭാരങ്ങളിൽ
ഭാഗഭാക്കാകുവാനില്ലെന്നറിയണം

നിർവ്വികാരത്തോടവൾ മൊഴിഞ്ഞു
ദുർവ്വികാരങ്ങളവൻ വെടിഞ്ഞു
കുറ്റബോധത്താൽ തലകുനിഞ്ഞു
ചെറ്റിട നില്ക്കാതവൻ മറഞ്ഞു.

സപ്തർഷിമാരുടെ മുന്നിലെത്തി
തപ്താശ്രു പാദത്തിലൊട്ടുവീഴ്ത്തി
പാപമകറ്റുവാൻ പ്രാർത്ഥനയോടവൻ
അവരുടെ തിരുമുമ്പിൽ മുട്ടുകുത്തി.

മന്ദമുയർത്തിക്കനിഞ്ഞു പുല്കി
ജ്ഞാനോപദേശം പകർന്നുനല്കി
രാമ നാമക്ഷര മന്ത്രജപം
തോരാതെ ചെയ്യുവാനാജ്ഞ നല്കി

ഏകാഗ്രചിത്തനായ് നീയിരിക്കൂ
രാമനാമാക്ഷരം നീ ജപിക്കൂ
ഞങ്ങൾ മടങ്ങിവരും വരെ നീ
ഇപ്പുണ്യ മന്ത്രമുരുക്കഴിക്കൂ...

സപ്തർഷിമാരവർ യാത്രയായി
സംവത്സരങ്ങൾ കടന്നുപോയി
രത്നാകരനറിയാതെ ചുറ്റും
മൺപുറ്റുയർന്നയാളുള്ളിലായി.

വള്ളിച്ചെടികൾ വളർന്നുകേറി
വർണ്ണപുഷ്പങ്ങൾ വിടർന്നുപാറി
വള്ളിക്കുടിലിന്റെയുള്ളിലൊരൊത്തിരി
പുള്ളിക്കുയിലുകൾ കൂടുകൂട്ടി...

സപ്തർഷിമാരു മടങ്ങിവന്നു
മൺപുറ്റുകണ്ടവരമ്പരന്നു
പുറ്റുതകർത്തു പുറത്തെടുത്തു
വാല്മീകിയെന്നവർ പേരുമിട്ടു.

രത്നാകരൻ മണ്ണിലസ്തമിച്ചു
വാല്മീകിയായി പുനർജ്ജനിച്ചു

ധ്യാനമാർഗ്ഗത്തിൽ സ്വയം ലയിച്ചു
മാമുനിശ്രേഷ്ഠനായി ഭവിച്ചു.

തമസ്സിനുമുമ്പൊരു നേരത്ത്
തമസ്സാനദിയുടെ തീരത്ത്
സന്ധ്യാസ്നാന ജപങ്ങൾക്കായി
മുനിയും ശിഷ്യരുമവിടെത്തി

ഒരുമരശാഖയിലന്നേരം
ഇണപ്പക്ഷികളുടെ ശൃംഗാരം
മറവിൽ നിന്നു നിഷാദശരം
ഇണയെ വീഴ്ത്തിക്രൂരതരം

മാ, നിഷാദ...! മുനിഹൃത്തിൽ നിന്നും
ശോകോക്തിയായിപ്പുറത്തുവന്നു
ശോകമൊരുജ്ജ്വല ശ്ലോകമായി
ആദികാവ്യത്തിന്നു ഹേതുവായി.

ബ്രഹ്മനാശ്ലോകം ശ്രവിച്ച നേരം
വന്ദ്യമഹാമുനിക്കാജ്ഞ നല്കി
ഈവിധം കാവ്യം രചിക്കണം നീ
നായകൻ, നാരദൻ ചൊല്ലിത്തരും.

നാരദനോതിയ രാമകഥ
*രാമായണ*മായ് മുനി ചമച്ചു
*രാമായണ*മാദി കാവ്യമായി
വാല്മീകിയാദി കവിയുമായി....

കടങ്കവിതകൾ

ഉള്ളിന്റെയുള്ളിലൊരുത്തരം പേറി ഞാൻ
നിങ്ങളെ കാത്തിരിക്കുന്നു.
ഉള്ളു തുറക്കുക, ഉത്തരം കിട്ടിയാൽ
കടമില്ലാക്കവിതകൾ സ്വന്തമാക്കാം.

1

അക്കങ്ങളിൽക്കൂടിയകലങ്ങളെത്തും
അക്കങ്ങളിൽക്കൂടി വിവരങ്ങളറിയും
അക്കങ്ങളകലങ്ങളില്ലാതെയാക്കും
അക്കങ്ങൾ മിത്രമായ്ക്കൂടെ വസിക്കും

2

ഉളിവേണ്ടുപകരണങ്ങൾ വേണ്ടാ
തണ്ടും തടികളും വേണ്ട വേണ്ടാ
സ്വന്തം വീടു സ്വയം നിർമ്മിക്കും
തൊപ്പിക്കാരനാം ശില്പിയാര്?

3

ഉയരം താണ്ടാൻ പടി പടിയായി-
ട്ടുയരം നല്കുമൊരിരുകാലി
താങ്ങില്ലാത്തൊരുനില്പില്ലവനുടെ
തലയും ചുവടും ഒരുപോലെ.

ഉത്തരങ്ങൾ: 1) ടെലിഫോൺ 2) മരംകൊത്തി 3) ഏണി

4

കടയ്ക്കൽവെട്ടും നടുവിൽക്കെട്ടും
തലയതു ചിന്നിച്ചിതറിക്കും
അരവേവാക്കിയുണക്കിക്കുത്തും
മുഴുവേവാക്കി ഭക്ഷിക്കും.

5

കാട്ടീന്നുവന്നൊരു പാട്ടുകാരൻ
കണ്ണന്റെ പിരിയാത്ത കൂട്ടുകാരൻ
മധുരമായൊഴുകുന്ന പാട്ടുമായ്, കണ്ണന്റെ
ചുണ്ടത്തമരുന്ന കൂട്ടുകാരൻ.

6

കണ്ടാലവനൊരു കേമൻ
ഒറ്റക്കൊമ്പൻ ഭീമൻ
തൊലിയുടെ കനമതികേമം, അത്
വെല്ലാനില്ലൊരു നാമം.

7

കണ്ടാൽ മധുരക്കനിയാണ്
തിന്നാൽ മരണമുറപ്പാണ്
ഇലകൾ കോർത്തൊരുമാലയണിച്ചാൽ
ശങ്കരപ്രീതിയുറപ്പാണ്.

ഉത്തരങ്ങൾ: 4) നെല്ല് (കൊയ്ത്തും മെതിയും)

5) ഓടക്കുഴൽ

6) കാണ്ടാമൃഗം

7) കൂവളക്കായ്

8

ചെറുമുള്ളുള്ളൊരു കായാണ്
വള്ളിയിൽ വിളയും കായാണ്
മധുരത്തിന്നെതിരായ ഗുണം, അത്
മധുമോഹത്തിന്നേറെ ഗുണം.

9

ചുമരിലും മച്ചിലും വാതിൽപ്പടിയിലും
പാഞ്ഞുനടക്കും, ചിലച്ചാൽ-
സത്യമെന്നർത്ഥം, ശത്രുക്കൾ വന്നാൽ
വാലുമുറിച്ചു കളഞ്ഞോടും.

10

ഞാനായിരുന്നൂ എഴുത്തിനെല്ലാം, പണ്ട്
എഴുത്താണിയല്ലെഴുത്തോലയല്ല;
വർണ്ണങ്ങൾ പലതുമുണ്ടായിരുന്നിപ്പൊഴു-
മുണ്ടുഞാൻ പല പല രൂപങ്ങളിൽ.

11

തലയില്ലെന്നതു നേരാണെന്നുടെ
വായിൽ നോക്കിപ്പേരറിയാം
വിവിധതരത്തിൽ ഞാനുണ്ടെങ്ങും
ഏവർക്കും തുണയേകാനായ്.

ഉത്തരങ്ങൾ: 8) പാവയ്ക്കാ

9) പല്ലി (ഗൗളി)

10) മഷി

11) കലം (കുടം)

12

നാലുപേരൊന്നിച്ചു ചേർന്നതാണ്
നാലുഗുണങ്ങൾ തികഞ്ഞതാണ്
ഒന്നിച്ചു ചേർന്നാലാരും കൊതിക്കുന്ന
സ്വാദാണതേവർക്കും പ്രിയമാണ്.

13

പച്ചയ്ക്കു നൂറുകറിയാണ്; പേരു
മറ്റൊന്നാണതുണങ്ങുമ്പോൾ
രോഗത്തിനെന്നും മരുന്നാണ്, അത്
ചക്കയ്ക്കെന്നുമെതിരാണ്.

14

പാലിൽക്കളിക്കും, പാലിൽക്കുളിക്കും
പാൽ മനംതേടും പാലുണ്ണി
കൊച്ചുകുളത്തിൽ കറക്കിവലക്കുമൊ-
രെൻപേരു ചൊല്ലാമോ കുഞ്ഞുണ്ണി.

15

പുരുഷനുമാത്രം സ്വന്തമത്, ചിലർ
ഭൂഷണമായിക്കരുതുമത്
മരുന്നുകൊണ്ടതു മാറാത്തതിനാൽ
മറച്ചുവയ്ക്കും പലരുമത്.

ഉത്തരങ്ങൾ: 12) ചായ
13) ഇഞ്ചി, ചുക്ക്
14) മത്ത് (പാല് കടയുന്ന ഉപകരണം)
15) കഷണ്ടി

16

പൂത്തുകായാകും, കായ്കൾ മൂത്തുപഴമാകും
പഴമതെങ്ങനെ കാത്തുവച്ചു കുഴിച്ചുവച്ചാലും
തൈമുളക്കാ,കായ് ലഭിക്കും ചെടിയതേതാണ്?

17

പൂവിരിയാത്തൊരു മരമാണ്
തണലേകാത്തൊരു മരമാണ്
വീടുകൾ തോറും കയറിയിറങ്ങി-
യുറഞ്ഞാടുന്നൊരു മരമാണ്.

18

പൂവുംചൂടി നടക്കുമവൻ, അത്
ചൂടാനാർക്കും നല്കില്ല
കൊഴിയാതെന്നും കാക്കുമവൻ, അത്
കൊഴിഞ്ഞുവീണാലവനില്ല.

19

പൂജയ്ക്കെടുക്കാത്ത പൂവാണ്
ശാപം പേറിയ പൂവാണ്
ശാപം ചൊരിഞ്ഞതുമാരാണ്?
ശാപത്തിൻ കാരണമെന്താണ്?

ഉത്തരങ്ങൾ 16) വാഴ

17) കോമരം

18) പൂവൻകോഴി

19) കൈതപ്പൂ, ശിവൻ കള്ളസാക്ഷി പറഞ്ഞതിനാൽ

20

പൂവും ചൂടി നടക്കും പല പല
വർണ്ണച്ചേലയുടുക്കും
പുലരിയിലുണരുമുണർത്തും, പുതുദിന
മംഗളമാശംസിക്കും.

21

പേരത് ദേവീ തിരുനാള് , എന്തും
കേടാകാതുള്ളിൽ പേറുന്നോള്
വൈദ്യന്മാരുടെ പ്രിയമോള്, എന്നും
വീട്ടമ്മയ്ക്കവൾ നല്ലോള്

22

ഭക്ഷണത്തിന്നു ഞാ-
നെന്നും വേണം, എന്നെ
ഭക്ഷിക്കാറില്ലാരു-
മെങ്ങുമെങ്ങും

23

ഭാരം ചുമക്കുവാനെന്റെ വിധി
കൂലിയില്ലെന്നതുമെന്റെ വിധി
പ്രതിഷേധിച്ചു പിണങ്ങിപ്പോകാൻ
പഴുതില്ലെന്നതുമെന്റെ വിധി

ഉത്തരങ്ങൾ: 20) പൂവൻകോഴി

21) ഭരണി

22) പാത്രം

23) ചുമടുതാങ്ങി

24

മൂക്കിനുമുകളിലിരിക്കുമവൻ
മൂക്കില്ലാത്തോനിരുകാലി
എങ്ങും കാണാൻ തുണയേകും
കണ്ണില്ലാത്തോൻ ചങ്ങാതി.

25

മണ്ണിന്റെ ഉമിനീര്, വിണ്ണിന്റെ മിഴിനീര്
മർത്ത്യന്റെ കുടിനീര്
മുറ്റത്തെച്ചെപ്പിൽ
നിറയുന്ന തെളിനീര്

26

രണ്ടറയുള്ളൊരു ഗുഹയാണ്
അറയുടെ വാതിൽ തുറന്നാണ്
വാതിലടച്ചുകഴിഞ്ഞാൽപ്പിന്നെ
ഗുഹയുടെ നാശമുറപ്പാണ്.

27

രണ്ടുപേർ തങ്ങളിൽ കൂട്ടുകൂടി
കൂട്ടുകാർ തങ്ങളിൽ കേളിയാടി
കേളിയിലൊന്നായ് ഭവിച്ചവരോ
രണ്ടു ശബ്ദം കൊണ്ടുപേരു നേടി

ഉത്തരങ്ങൾ: 24) കണ്ണാടി (മൂക്കുകണ്ണാടി)

25) കിണർ

26) മൂക്ക്

27) ദോശ (അരിയും ഉഴുന്നും)

28

ശിഖരങ്ങളില്ലാത്ത ചെടിയാണ്, കൂർത്ത
മുള്ളുകളുള്ളോരിലയാണ്
ഇലയിൽ കൊഴുപ്പുള്ളനീരാണ്, നീര്
രോഗത്തിനുള്ള മരുന്നാണ്

29

ഒരു ചെറുചെടിയുടെ കായാണ്
കുലയായ് വിരിയും കായാണ്
കായതു പല പല രീതിയിലെന്നും
ഭക്ഷണമാകുന്നെല്ലാർക്കും.

30

വിളഞ്ഞെത്രകഴിഞ്ഞാലും പഴമാകില്ല, കായ്കൾ
ഉണങ്ങുമ്പോൾ സ്വയംപൊട്ടിത്തെറിച്ചു; വാനിൽ-
പ്പറക്കും വെണ്മേഘശകലംപോലെ, ഹാ ! കാണാൻ
ഭംഗിയേകും കായതേതാണെന്തതിന്നുള്ളിൽ?

31

പന്ത്രണ്ടുമക്കൾക്കായ് പങ്കുവച്ചു; എല്ലാം
ഏഴുപേർക്കോരോന്നധികം വച്ചു
നാലുപേർക്കൊന്നു കുറച്ചുവച്ചു; പിന്നെ
ശേഷിച്ചോനതിലും കുറച്ചുവച്ചു
അമ്മയാര്? മക്കളാര്?
അറിയുമോ അമ്മ പകുത്തതെന്ത്?

ഉത്തരങ്ങൾ: 28) കറ്റാർവാഴ
29) നെല്ല്
30) എലവുങ്കായ് (പഞ്ഞിക്കായ്)
31) അമ്മ - വർഷം, മക്കൾ - മാസങ്ങൾ
പകുത്തത് - ദിവസങ്ങൾ.

9 789388 485104

Printed by Libri Plureos GmbH in Hamburg,
Germany